கம்பரசம்

பேரறிஞர் அண்ணா

ஆழி

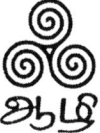

கம்பரசம்
ஆசிரியர்: பேரறிஞர் அண்ணா
பதிப்பு : டிசம்பர் 2023
வெளியீடு:
ஆழி பப்ளிஷர்ஸ், 1 A, திலகர் தெரு,
பாலாஜி நகர், துண்டலம், அய்யப்பன்தாங்கல்,
சென்னை – 600 077

Kamparacam
© Perarignar Anna
Edition: December 2023
Published by:
Aazhi Publishers, 1 A, Thilagar Street,
Balaji Nagar, Thundalam, Iyyapanthangal,
Chennai - 600 077. Tamilnadu, India.

Sales Office:
Aazhi Publishers,
5, K.K. Salai, Kaveri Rangan Nagar,
Saligramam, Chennai - 600 093
www.aazhibooks.com
info@aazhibooks.com
Ph: 044-4287 6858, Cell: 9715089690
Pages : 80
Price : Rs. 100/-
Paper : 18.6 NS Maplitho
ISBN: 978-81-962581-1-5
Printers: Adayar Student Xerox, Chennai.

அட்டை வடிவமைப்பு: அகிலன் கார்த்திகேயன்
அட்டைப்படம்: Lord Vishnu And His Consort [10th century statue of Lord Vishnu and his wife] — publicdomainpictures.net இணையதளத்திலிருந்து பெறப்பட்டது.

பதிப்புரை

திராவிட இயக்கம் தமிழ்நாட்டின் மீதும் தமிழ்ச்சமூகத்தின் மீதும் செலுத்தியிருக்கும் தாக்கம் மிகப்பெரியது. தந்தை பெரியார், பேரறிஞர் அண்ணா, பாவேந்தர் பாரதிதாசன், கலைஞர் மு.கருணாநிதி, நாவலர் நெடுஞ்செழியன், பேராசிரியர் அன்பழகன் என நீளும் அதன் முன்னணித் தலைவர்கள் எழுதியும் பேசியும் இந்தச் சமூகத்தின் அடித்தளத்தை மாற்றியமைத்தார்கள். அவர்களின் நூல்களில் மிக முக்கியமானவற்றை – தற்போது நாட்டுடைமையாக்கப்பட்ட நூல்களாக கிடைக்கும் நூல்களில் சிலவற்றை – ஆழி செஞ்சுவடிகள் வரிசையில் வெளியிடுவதில் நாங்கள் பெருமை அடைகிறோம்.

சங்க காலம் தொடங்கி இன்றுவரை தமிழில் வெளிவந்த காலத்தை வென்றப் படைப்புகளைத் தொகுக்கவேண்டும் என்பதுதான் ஆழி செஞ்சுவடிகள் என்கிற ஆழி பதிப்பகத்தின் செவ்வியல் நூல்வரிசைத் தொடரின் நோக்கம். அதில் இலக்கியங்கள், உரைநடைகள், நவீன படைப்புகள், மொழிபெயர்ப்புகள் என பலவும் இடம்பெறும். அதன் ஒரு பகுதியாக திராவிட இயக்கம் தொடர்புடைய நூறு நூல்களையாவது தொகுத்தளிக்கவேண்டும் என்கிற முயற்சியில் இந்த ஒரு திட்டத்தை 2022 இல் நாங்கள் தொடங்கினோம். குறிப்பாக பேரறிஞர் அண்ணாவின் நூல்களை லட்சம்பேருக்கேனும் கொண்டுசெல்ல ஒரு முயற்சி எடுத்தோம். அதன் விளைவாக அவருடைய முப்பதுக்கும் மேற்பட்ட நூல்கள் இந்த நூல்வரிசையில் இடம்பெற்றுள்ளன. மற்ற தலைவர்கள், அறிஞர்களின் நூல்களும் இடம்பெற்றுள்ளன. தந்தை பெரியார், கலைஞர் போன்றோரின் நூல்களைப் பொறுத்தவரை, பதிப்புரிமை பெற்ற பிறகு அவர்களின் முக்கிய நூல்கள் சிலவும் இத் தொடரில் விரைவில் வெளிவரும்.

அதுமட்டுமன்றி, தமிழ்நாட்டின் முக்கிய அரசியல் இயக்கங்களான தாழ்த்தப்பட்டோர் உரிமை இயக்கம், பொதுவுடைமை இயக்கம். தனித்தமிழ் மற்றும் தமிழ்த்தேசிய இயக்கம் உள்ளிட்ட பல்வேறு முற்போக்கு இயக்கங்களின்

முக்கிய முன்னோடிகளின் நூல்களும் இவ்வரிசையில் வெளிவரும். நவீனத் தமிழ்நாட்டின் எண்ணவோட்டத்தை உருவாக்கிய பலர் – இராமலிங்க அடிகளார், அத்திப்பாக்கம் வெங்கடாசல நாயகர், பண்டிதர் அயோத்திதாசர், மனோன்மணியம் சுந்தரனார், உ. வே. சாமிநாதர், டி. எம். நாயர், வ. உ. சிதம்பரனார், சிங்காரவேலர், சுப்பிரமணிய பாரதியார், மறைமலையடிகள், நாவலர் சோமசுந்தர பாரதியார், திரு. வி. க, எம். சி. ராஜா, இரட்டைமலை சீனிவாசனார், தேவநேயப் பாவாணர், குத்தூசி குருசாமி, சி. பி. சிற்றரசு, புலவர் கா. கோவிந்தன். பெருஞ்சித்திரனார், ப. ஜீவானந்தம், ம. பொ. சிவஞானம், புதுமைப்பித்தன், ந. பிச்சமூர்த்தி. கல்கி, நாமக்கல் கவிஞர், பெரியசாமித்தூரன், புலவர் குழந்தை, குன்றக்குடி அடிகளார், மா இராசமாணிக்கனார். கவி கா. மு. ஷெரீப், வ. சுப. மாணிக்கனார், தொ. மு. சி. ரகுநாதன், நா. வானமாமலை, முல்லை முத்தையா, வெ. சாமிநாத சர்மா, ராஜம் கிருஷ்ணன் என இந்த வரிசை நீண்டுகொண்டே செல்லும். முதலில் நாட்டுடைமையாக்கப்பட்ட நூல்களில் தொடங்கி பிறகு பதிப்புரிமை பெற்ற நூல்களிலும் செவ்வியல் படைப்புகளைத் தொகுப்பது என்பது எங்கள் திட்டமாகும். தமிழின் அரிய நூல்கள் பலவும் இதில் இடம்பெறும்.

அரசியல், சமூகப் படைப்புகளோடு பொதுவாக வெளிவந்த முக்கிய இலக்கியப் படைப்புகளும் புனைவிலி எழுத்துக்களும் மொழிபெயர்ப்புகளும் என சுமார் 500க்கும் மேற்பட்ட நூல்களை இத்தொடரில் சில ஆண்டுகளில் வெளிக்கொண்டுவர ஆழி பதிப்பகம் உரிய முயற்சிகளை எடுத்துவருகிறது.

இப்பெருமுயற்சிக்கு நாங்கள் வாசகர்களாகிய உங்களிடமிருந்து ஒன்றை மட்டுமே எதிர்ப்பார்க்கிறோம். தனித்தனியாக அல்லாமல் கொத்துக்கொத்தாக இவற்றை நீங்கள் அள்ளிக்கொண்டு சென்று. அவ்வறிவுச் செல்வத்தை சுற்றமும் நட்பும் சேர்ந்துப் படிக்கவேண்டும் என்பதுதான் அது!

அன்புடன்

ஆழி செந்தில்நாதன்

பதிப்பாளர்

உள்ளடக்கம்

	பதிப்புரை	3
	முன்னுரை	7
1.	டோஸ் நெ. 1.	9
2.	டோஸ் நெ. 2	15
3.	டோஸ் நெ. 3	21
4.	டோஸ் நெ. 4	27
5.	டோஸ் நெ. 5	35
6.	டோஸ் நெ. 6	39
7.	டோஸ் நெ. 7	52
8.	டோஸ் நெ. 8	60
9.	டோஸ் நெ. 9	66

முன்னுரை

தீர்ப்பளியுங்கள்

“கம்பனையா கடிந்துரைக்கிறீர்கள்?

அவனன்றோ அருந்தமிழன் பெருமையை நிலைநாட்டினான்!

அருங்கலை உணரா மக்களே!

அவன் அருமை அறியாது கண்டது பேசிக் குழப்பமூட்டாதீர்!”

“கம்பனின் கலைத்திறமை — கவிதை அழகு இவை பற்றி அல்ல நாம் குறை கூறுவது, கவி எடுத்தாண்ட கதை, அக்கதையின் விளைவு, அதனால் நமது இனக் கலாச்சாரத்துக்கு வந்துற்ற கேடு இவைபற்றியே நாம் கண்டிக்கிறோம்.”

“ஓஹோ! கவிதை அழகும் உனக்குத் தெரியுமோ!

கசடர் அறிவரோ கலையின் மேன்மையை”

“அறிவோம் ஐயனே! அகமகிழ்வு கொள்ளும் அளவு மட்டுமல்ல. செப்பனிடும் அளவுக்கும் அறிவோம்.”

“செருக்குடன் பேசுகிறாய்; செந்தமிழை ஏசுகிறாய்; கம்பநாட்டாழ்வாரின் கவிதையைச் செப்பனிடுவையோ? என்னே உன் சிறுமதி!”

“புலவரின் பாடலை மற்றோர் புலவன் செப்பனிடும் முறையிலே அல்ல. புலவரின் பாடலை ஒரு சாமான்யனின் கண்கொண்டு பார்த்துப் பகுத்தறிவாளனின் நோக்குடன் ஆராய்ந்து பார்த்திருக்கிறோம்.”

“பார்த்து, கண்டது என்னவோ?”

“பல! அதிலும் நீர் காணாதவை”

“நாம் காணாதவைகளை நீர் கண்டீரோ? என்னய்யா கண்டீர்?”

“கம்பனின் கவிதை பல, காமரசக் குழம்பாக இருப்பதை,”

“என்ன? என்ன? அட பாதகா!”

“கம்பனின் கவிதை! காமரசக் குழம்பா? காமரசமா! ஐயையோ!”

சபித்திட வேண்டாம் கலாரசிகனே! காமரசந்தான்”

“தம்பனின் கவிதை! பல உள — கூறட்டுமா?”

"கூறுவையோ?"

"கேளும், கம்பரச விளக்கத்தை"

தமிழ்நாட்டிலே இங்ஙனம் ஓர் உரையாடல் சற்று, காரசாரமாகக் கிளம்பிற்று 1943-ம் ஆண்டிலும் அதற்குப் பிறகும். அந்த உரையாடலுக்குக் காரணமாக இருந்தது, கம்பராமாயணம், பெரியபுராணம் முதலிய ஏடுகள் தமிழரிடையே ஆரியத்தைப் புகுத்திக் கேடு விளைவித்தன வாதலின் அவைகளைக் கொளுத்துவதன் மூலம், தமிழர் தமக்கு ஆரியத்தின் மீதுள்ள வெறுப்புணர்ச்சியைக் காட்ட வேண்டும் என்று பெரியார் துவக்கிய கிளர்ச்சியாகும்.

இராம காதையின் போக்கு தவறு என்பதிலே துவக்கிய கிளர்ச்சியைக் கலைவாணர்கள், தமக்குச் சாதகம் இருக்கு மென்று எண்ணிக் கொண்டு, கவிதை அழகு எனும் துறைக்குத் திரும்பினர்; எதிர்ப்பட்டாளத்தைச் சதுப்பு நிலப் பகுதியிலே புகும்படி செய்து, தாக்கும் முறை போல.

கவிதையின் அமைப்புப் பற்றியும், பிறகு ஆராய வேண்டிய அவசியம் நேரிட்டது. அதன் விளைவு, கம்பனின் கவிதை காமரசக் குழம்பாக இருப்பதைக் கண்டறிந்தது.

இந்நூலிலே இத்தகைய காமக்குழம்பு முழுவதையு மல்ல, ஓரளவு மட்டுமே வெளியிட்டிருக்கிறார் திராவிடப் பண்ணையினர்; கம்பரசம் என்ற தலைப்பிலே.

எழுத்துக்கெழுத்து பிளந்தும் பிரித்தும் பொருள் கூறும் புலவர்களும் கூட இந்தக் கம்பரசங்கள் 'திராவிட நாடு' இதழிலே வெளிவந்தபோது, இன்ன தவறு காண்கிறோம் என்று நமக்கு எடுத்துக் காட்டியதில்லை. பலர், கம்பனின் கவிதையிலே இவ்வளவு காமச்சுவை இருத்தலாகாதுதான் என்று மனமாரவே கூறினர். பிறகே, இராமகாதையைக் கம்பனின் கவிதைத் திறனைக் காட்டி, நிலைநாட்ட முடியாது என்ற முடிவுக்கு எதிர்ப்பாளரில் பலர் வந்தனர்.

கம்பரசம் இப்போது சிறுநூல் வடிவில் வருகிறது. கம்பன், தமிழரின் கலையையும், நிலையையும் குலைக்கும் ஆரியத்தை எப்படியாவது புகுத்த வேண்டும் என்பதற்காக எத்தகைய ரசத்தைக் கவிதையிலே கூட்டியிருக்கிறார் என்பதைக் கண்டு சரியா, முறையா என்பதுபற்றி ஓர் தீர்ப்பளியுங்கள்.

சி. என். அண்ணாதுரை

டோஸ் நெ. I.

"எந்தநாட்டிலும், நம்பொணாக் கதைகள் உண்டு, அதுபோல் இங்குமுண்டு; அதை உணராது, பூதேவர்களின் புராணாதிகளை அலசிக் காட்டுகிறாயே, அவைகளின் ஆபாசங்களை எடுத்துத் தீட்டிக் காட்டுகிறாயே, யாரப்பா அவைகளிலே உள்ள கதையை மதிப்பவர்? அந்தக் காலம் மலையேறிவிட்டது. இப்போது, இலக்கியங்களிலே உள்ள "ரசம்" இருக்கிறதே, அதைத்தான் பருகி இன்புறுகிறோம். அதிலும், கம்பரசம் பருகப் பருக இனிக்குமப்பா, பரதா! நீயும் ஒரு டோஸ் சாப்பிட்டால் தெரியும், அதன் அருமை பெருமை! உணர்ச்சி, உற்சாகம், எழுச்சி யாவும் உன் உள்ளத்திலே பொங்கும். கலா ரசிகனாகவேண்டும் என்றால், கம்பரசம் பருகவேண்டும்!" என்று இலக்கியங் கற்ற இன்சொல் நண்பரொருவர், எனக்கு உபதேசித்தார், கனிவுடன்.

என் தோழர், இராமாயணத்திலே இருப்பது கம்பரசம், அதைச் சாப்பிடவேண்டும் என்று எனக்கு உரைத்தார். நான் ஒரு டோஸ் உள்ளுக்குச் செலுத்தினேன். ஆமாம், கம்ப ரசத்தைத்தான்! ஆஹா, நான் கண்ட இன்பத்தை என்னென்பேன்! "நாலடிப் பாடலடி, குதம்பாய் நரமதன் விடு கணையடி, அடிக்கு அடிரசந்தான் குதம்பாய், அற்புத காமரசம்" என்று பாடினாலும் போதாது, அதன் இலட்சணத்தை விளக்க. கலா ரசிகர்களின் அனுபவத்தைக் கண்டறியாது, கையிலே நெருப்புப் பந்தமெடுத்தோமே, என்று கூடத் துக்கிப்பீர்கள், நீங்களும் அந்தக் கம்பரசத்தைச் சுவைத்தால்! சரி, இதோ முதல் டோஸ், பருகுக!

"தேவரசம் இராமரசம், கற்பின்மாண்பு, அதர்மத்தின் அழிவு, தர்மம் தழைப்பது எனும் அபூர்வ குண சிந்தாமணியாய், அடியார்க்குமடியேன் என்று உச்சரிக்கும், அருளுடையோராக்கிடும் அற்புத பக்த லீலாமிருதமாக விளங்கும், ஸ்ரீமத் இராமாயணத்திலே இலயிக்காதவர்,

மனிதராவரோ, கேவலம் மரக்கட்டையன்றோ!" என்று புராணிகர்கள் கூறிடக் கேட்டதுண்டு. ஆனால், உண்மையில், அவர்கள் எதைக் கண்டு இலயிக்கிறார்கள் என்பது தெரியாது திகைத்தேன். அந்தத் திகைப்புப் போய்விட்டது, கம்பரசத்தைக் கண்டுபிடித்ததும்.

T.K.C; பி.ஸ்ரீ; சேதுப்பிள்ளை முதலாய புலவர் பெருமக்கள், கம்பனின் கவித்திறனைக் கூறிடக் கேட்டதுண்டு. ஆனால் அவர்கள், இதுவரை எனக்குச் சூட்சமத்தை விளக்கிடவில்லை. "இராமன் வீர உரையைக் கம்பன் தீட்டிடுவது பார்; இயற்கையின் எழிலை அப்படியே எடுத்துக் காட்டும் திறத்தைக் கவனி, உவமைகள் தரும் உல்லாசத்தை உணரு" என்று கூறி வந்தார்களே தவிர, உண்மைக் கம்பரசம் இதுவென்று கூறினதில்லை. நான் பெற்ற இன்பம் பெறுக இவ்வையகம் என்ற பெருநோக்கின்றி, எதை எதையோ, எழில் என்று கூறிவந்தார்கள், எழுதி வந்தார்கள். உண்மையை உரைத்திடவில்லை. என் நண்பர் மட்டும், எனக்கு உண்மையை உரைத்திடாது போயிருப்பின்.... நினைத்தாலே கவலை மேலிடுகிறது. அவர், எனக்கு எடுத்துக் காட்டிய கம்பரசத்திலே முதல் டோஸ் மட்டுமே இன்று கூறுகிறேன். பிற பிறகு!

"போக்கிரிப் பயலே! இப்படி விறைத்து விறைத்துப் பார்ப்பதா, பெண்களை? மங்கையர் செல்வதை இமை கொட்டாது பார்க்கிறாயே, உனக்கு அறிவு இல்லையா? அணங்குகளின் ஆடை காற்றினால் நெகிழ்ந்துவிடும், நடையினால் நங்கையரின் மேலாடை இடம்பெயரும், நீ முறைத்துப் பார்த்தபடி இருக்கலாமா? காமப்பித்தனே!" என்று இன்று, மிகச் சாதாரணத் தெளிவு பெற்றவர்களும், பெண்ணைக் கண்டால், இளித்துப் பார்க்கும் இயல்பினரை இடித்துரைப்பர்.

"அவள் போய்க்கொண்டிருந்தாள், நான் அவளைப் பார்த்துக்கொண்டே உடன் சென்றேன். அவளோ, அழகான ஆடையால் தன்னை முழுதும் போர்த்துக் கொண்டிருந்தாள். பிறகு ஒரு பெருங் காற்றடித்தது. ஆடை....." என்று எவனாவது ஒரு காமுகன், தன் நண்பனிடம் கூறினாலும், "போதும் நிறுத்தடா, யார் காதிலாவது விழப்போகிறது," என்று மற்றவன் கூறுவான். இது, சாதாரண மக்கள் வாழுமிடத்து இயல்பு!

"அயோத்தி சாமான்யமான நகரமன்று. சாட்சாத் மகாவிஷ்ணுவே திரு அவதாரம் எடுத்த புண்ய க்ஷேத்திரம்.

இக்ஷ்வாகு பரம்பரையினரின் இராஜரீகத்தின் பயனாக, அஷ்ட ஐஸ்வரியம் நிரம்பி, அறமும், அறிவும், ஞானமும் தவமும், ததும்பும் இடம். ஊராரோ உத்தமோத்தமர்கள். வசிஷ்டரே, அரண்மனைக் குரு. அவ்வளவு சிரேஷ்டமான நகரமக்களின் நினைப்பும் நடவடிக்கையும், அதிலும் அரண்மனையிலேயே உள்ளவர்கள், அரச குடும்பத்தினராகியவர்களின் நினைப்பு எப்படி இருக்கும்? காமக்குரோதாதிகள் அண்ட முடியாத சீலர்களாகவன்றோ இருப்பர்! மாதரிடம் எத்துணை மரியாதை காட்டுவர்! பெண்பித்துக் கொண்டவராகவா இருப்பர்! குணக் கொழுந்துகளாகவன்றோ இருப்பர்!" என்று நான் கேட்டால், "ஆமாம், சந்தேகமென்ன! இராமச்சந்திரமூர்த்தி திரு அவதாரமான திருநகரிலே வாழ்ந்தவர்களின் திருக்கலியாண குணத்தைக் கூறவும் வேண்டுமோ!" என்றே இராமாயண பக்தர்கள் கூறுவர்! ஆனால் உண்மை என்ன?

அயோத்தி மக்களைப் போன்ற அயோக்கியர்கள், அநாகரிகப் புத்தியும் போக்கும் கொண்டவர்கள், காமாந்தகாரக் காட்டுமிராண்டிகள், வேறு எங்கும் இல்லை என்று நான் கூறுகிறேன். என்மீது சீறுமுன், கலாரசிகர்கள், நான் கூறுவதைப் பொறுமையுடன் கேட்க வேண்டுகிறேன். தம்முடன்வரும் அணங்குகள் ஆடை அணிந்திருப்பதால், அவர்தம் அல்குல் வெளியே தெரியவில்லையே என்று ஏங்கிக் கிடந்து, பின்னர், தெரிந்ததும், கண்டேன், கண்டேன், களிகொண்டேன், என்று கருதிடும், மக்களை என்னவென்று கூறுவீர்கள்? கடையர், மடையர், காமப்பித்தர், என்று கடிந்துரைக்க மாட்டீர்களா? மங்கையரை விறைத்துப் பார்ப்பதே மனிதத் தன்மையாகாது. மடைத்தனம் என்றும் கூறுவீர்! மங்கையரின் மறைவிடம் தெரியக் காணோமே என்று மனச்சோர்வுகொண்டு, அது தெரிந்ததும் அகமகிழ்ந்தனராம் அரிஅவதாரமான அயோத்தி வாழ் மக்கள் – அதிலும், அரண்மணையினர்.

சுத்தப் பொய். அயோத்தி மக்கள் அவ்விதமாக இருந்திருக்க முடியாது. பெண்ணைத் தெய்வமாகக் கருதும் பெருந்தகைமையினர், என்று கூறிச் சீறிடுவர் சிலர். அவர்களை "இராமன் மீது பாரத்தைப் போட்டு விட்டு" கம்ப இராமாயணம், அயோத்தியா காண்டம், குகப்படலம் 56வது செய்யுளைப் பார்க்க அழைக்கிறேன். இதோ அச் செய்யுள்:

இயல்வுறு செலவினாவா
யிருகையு மெயினர் தூண்டத்

துயல்வன துடுப்பு வீசுந்
துவலை கண் மகளிர் மென்றூ
சுயல்வுறு பரவை யல்கு
லொளி புறத்தளிப்ப வுள்ளத்
தயர்வுறு மதுகை மைந்தர்க்
கயா உயிர்ப் பளித்த தம்மா!

உள்ளத்து அயர்வுறு மதுகை மைந்தர்க்கு = மனத்தளர்ச்சி அடைந்திருக்கிற வீரர்களுக்கு;

அயா உயிர்ப்பு = துன்ப நீக்கத்தை,

அளித்தது = உண்டாக்கிற்று.

வீரர்கள் மனச்சோர்வு பட்டிருக்கிறார்கள், அவர்களுக்குத் துன்ப நீக்கத்தை உண்டாக்கிற்று ஒரு பொருள்! எது? கேளுங்கள் வெட்கக்கேட்டை:

அல்குல் = பெண்குறி! அயோத்திமா நகரத்து வீராதி வீரர்களின் விசாரத்தைப் போக்கிய பொருள் இதுவாம்! அம்மட்டோ, மேலும் பாருங்கள், கம்பரசத்தை!

சாதாரணமானதல்ல, இச் சத் புருஷர்கள் கண்டு கொண்ட பொருள். கவி கூறுகிறார், பரவை அல்குல் என்று! இதன் பொருள், பரந்திருத்தலைக் கொண்ட, பெரிய, அல்குல்.

எப்படி, கம்பரசம்? இதுமட்டுமா? மேலும் உண்டு. இவர்கள் கண்டு களித்த அந்தப் பரவையல்குல், மெல்தூசு = மெல்லிய ஆடையில், உயல் உறு = தங்கி மறைகின்றதாக இருந்தது. அது போது, மதுகைமைந்தர் அயர்வுற்றிருந்தனர். ஆனால், அவர்களின் துன்பம் போய்க் களிப்பு வரும்படி, என்ன நேரிட்டது? கேளுங்கள், கம்பனை! மெல்தூசு உயல்உறு பரவையல்குல், ஒளிபுறத்தளிப்ப (அல்குலின்) ஒளியானது வெளியேதோன்ற! விசாரமடைந்திருந்த வீரர்கள், மெல்லிய ஆடைக்குள்ளே கிடந்த பெரிய மறைவிடத்தின் ஒளியானது, வெளியே தெரியக்கண்டு, துயரம் நீங்கப் பெற்றனர், என்பது கவியின் கூற்று! ஆனால் மறைந்து கிடந்தது வெளியே தெரிந்த மாயம் என்ன? கவி கூறுவது கேண்மின்.

இயல்வுறு செலவின் நாவாய் – பொருந்திய மிகு வேகத்தை உடைய நாவாய்களின், அதாவது பெரிய படகுகளின், இருகை உம் = இருபக்கத்தும், எயினர் தூண்ட= வேடர் உந்துதலால், துயல் வன = அசைவனவாகிய, துடுப்பு = துடுப்புகளால், வீசும்

= எறியப் படுவனவாகிய, தவலைகள் = நீர்த்துளிகள், மகளிர்= மாதர்களுடைய, மெல் தூசு = மெல்லிய ஆடையில், உயல்வுஉறு = தங்கி மறைகின்ற, பரவை அல்குல் ஒளிபுறத்து அளிப்ப= பரந்த மறைவிடத்து ஒளியை வெளியே தோன்றச் செய்ய!

பத உரையை மீண்டுமோர்முறை படித்துவிட்டு, பொழிப்புரையைப் பார்க்க வாருங்கள்!

மிக வேகமாகச் செல்லும் பெரிய படகுகளின் இருபக்கத்திலும் வேடர் துடுப்புக்கொண்டு நீரைத் தள்ள, நீர்த்திவலை மேலெழும்பி, ஓடத்திலேறிய மாதரின் மெல்லிய ஆடையை நனைத்ததால், அவ்வாடைக்குள்ளே மறைந்துகிடந்த பெரிய அல்குலின் ஒளி வெளியே தெரியலாயிற்று. படகுகளிலே இருந்த வீரர்களின் மனச்சோர்வு, அந்தக் காட்சியைக் கண்டதால் நீங்கிற்று!

எப்படி இருக்கிறது தோழர்களே, அயோத்தி மக்களின் அறிவு? ஓடத்தில் உடனிருக்கும் மாதரின் ஆடை நனைந்து மறைவிடம் வெளியே தெரிய வந்து சோகம் நீங்கினராம்! என்ன மாண்பு! எவ்வளவு அறிவு! எத்தகைய யோக்யர்களப்பா, இவர்கள்!!

ஓடத்திலே சென்றவர், தசரதன் திருமனைவியர். அவர்தம் பாங்கியர்; ஆடவரோ, பரதன், அவன் படையினர்! அரசகுடும்பம் ஓடமேறிச் சென்றதன் வர்ணனை! அதிலே இந்த ஆபாச ரசம்! அதிலும் எதற்குச் சென்றனர்? கானகத்துக் காட்சி கண்டுகளிக்கவா! வேட்டையாடி விருந்து சமைக்கவா! அல்ல, அல்ல! வேதனையால் தாக்குண்டு! அதிலும், யாரோ ஆடலழகிகள், பொதுமகளிர், களியாட்டத் துக்காக மதுவுண்டு மயங்கிச் சென்ற சமயமா, கவி சித்திரித்திருப்பது! மறைவிடம் வெளித்தெரியக்கண்டு மன மகிழ்வுகொண்ட மதுகை மைந்தர், ஓய்வுக்கும் உல்லாசத்திற்கும் சரச சல்லாபிகளுடன் ஓடமேறிச் சென்ற காட்சியையா கவி கூறப் போந்தார்! இல்லை! இல்லை! விம்மியபடி செல்கின்றனர். அயோத்தியிலே, மன்னன் மாண்டான்! ஆரண்யத்திலே இராமன் இருந்தான்! பரதன் செல்கிறான், படையுடன், தாய்மார்களுடன், அண்ணனை அயோத்திக்கு வரச்சொல்ல! அதற்காக குகன், நாவாய்கள் தயாரிக்க, அதிலே சென்றனர், பட்டமகிஷிகள், பாங்கியர், பரதன், அவன் பிரதானியர், படையினர்! அந்த நேரத்திலே இந்த வர்ணனை! படகு செலுத்தியதை வர்ணிக்க, பட்டாடை நனைந்தது, பரந்த மறைவிடம் பளிச்சென வெளித்தெரிந்தது,

சோகத்திலிருந்த வீரர், அக்காட்சியினைச் சுவைத்தனர், என்று கவி வர்ணிக்கிறார். இதைப் படித்தால், நாம் எதை எண்ணி ஏங்குவது? இவ்வளவு காமாந்தகாரர்களின் கதையைப் புண்ணிய சரிதம் என்று மக்கள் படிக்கின்றனரே என்று சோகிப்பதா? "பகவான்" பிறந்த இடத்திலே வாழ்ந்த மக்கள் இவ்வளவு அநாகரிகமுடையவர்களாக இருந்தார்களே என்பதை எண்ணித் துக்கிப்பதா? இத்தகைய ஆபாச கட்டத்தைக் கவி ஏன் விவரித்துப் பாடவேண்டும் என்று எண்ணிக் கவலை கொள்வதா? இவ்வித ஆபாசங்களைக் கொண்ட சுவடியைச் சுமந்து தீரவேண்டும் என்று சுடுசொல் புகன்று வாழும் பேர்வழிகள் இன்றும் உள்ளனரே என்பதை நினைத்து நெஞ்சம் புண்ணாவதா? நீங்களே கூறுங்கள்! இராமாயணத்தின் சுவையும், இராம அவதார மேன்மையும், இந்தச் செய்யுள் இல்லாவிட்டால், மக்களுக்கு விளங்காது என்று கருதிக் கம்பர், இதனைத் தீட்டினாரா? தமது கவித் திறமையை விளக்க, இயற்கையை வர்ணித்தால் போதாது; மறைவிட ஒளியையும் வர்ணித்தே தீர வேண்டும் என்று எண்ணி இக்கவிதையை இயற்றினாரா? கடவுளின் கதையிலே, காமரசம் இருக்க வேண்டுமா! அதிலும், இத்தகைய ஆபாசம் நெளியும் காமரசமா இருக்கவேண்டும்! கலாரசிகர்களே! இலக்கியச் சுவையிலே இலயிக்கும் கவிதா உள்ளம் படைத்த கண்ணியர்களே! கலைக்காகச் சர்வபரித்தியாகம் புரிய முன்வந்துள்ள மதுகை மைந்தர்காள்! மறைவிடத்தின் மாண்பு விளக்கமாம் இக்கவிதை தருவது போன்ற கம்பரசம், மக்கட்குத் தேவைதான்! நெஞ்சிலே கைவைத்துப் பதில் கூறுங்கள். நேரப்போக்குக்கோ, நரம்பு முறுக்குக்கோ, பஞ்சணைப் பேச்சுக்கோ, பாவையர் கண்வீச்சுக் கண்டதால் உண்டான மன நெகிழ்ச்சிக்கோ, காமரசக் கவிதை தேவையாக இருக்கலாம். அதுவும் "தொந்தி சரிய மயிரே வெளிர நிறைதந்த மசைய உடலே" கொண்ட பருவத்தினருக்குக் கடவுட் திருஅவதாரக் கதைக்கு, இத்தகைய செய்யுள் தேவையா? சற்றே பதில் கூறும்.

இவ்விதமான காமச் சுவையை உண்ட மயக்கமே, பலரைக் கம்ப இராமாயணத்தைக் காப்பாற்றித் தீரவேண்டும் என்ற மதுகை மைந்தராக்கிவிட்டது என்று எண்ணுகிறேன்.

டோஸ் நெ. 2

அயோத்தி நாட்டு மதுகை மைந்தர்கள், மது மைந்தர்களை விடக் கேவலமான மனப்பான்மையினராக இருந்தது பற்றிக் கம்பரசம் என்பது, கேவலம் காமரசமாக இருப்பதை எடுத்துக் காட்டினேன். ஒரு காலத்தில் சோமரசம் குடித்துக் கூத்தாடிக் கிடந்த ஆரியருக்கு ஆதிக்கம் வந்ததன் காரணம், இவ்விதமான மனப்பான்மை கொண்ட புலவர்களின் துணை கொண்டு, தமிழரின் நெஞ்சிலே ஆதிநாள் ஆரியர் நஞ்சு புகுத்தியதுதான். அதன் விளைவுதான், இந்நாள்வரை ஆரியரின் ஆதிக்கம், ஆணிவேருடன் தழைத்திருப்பது. இந்த ஆதிக்கத்தை ஒழிக்க வேண்டுமானால், கம்பரசத்தின் சுவையிலே சொக்கும் சல்லாபிகளாக நம்மவர் இருத்தலாகாது. தித்திப்பான பண்டத்தினுள்ளே தீங்கான போதையை வைத்துக் கொடுப்பதுபோல, கலை, காவியம், என்ற இனிப்புடன் சேர்த்து, ஆரியம் தரப்பட்டிருக்கிறது. இதனை உணராதார், ஊராருக்கு வந்துற்ற இடர்களைத் தெரியாதார் என்பேன்.

நடிப்புக் கலையிலே நாலாவது இடமும் பெற இலாயக்கற்ற நங்கையர், நயனத்தின் நடமாட்டத்தாலும், இன்சொல் பேசி இடையாட்டுவதாலும், அரை நிர்வாண அலங்காரத்தாலும், நட்சத்திரங்களாவது காண்கிறோம். அவர்களின் நடைமுறையினைக் கண்டித்துப் பத்திரிகைகள் எழுதிடப் படிக்கிறோம். 'ஆமப்பா! அவள் எந்தப் படத்திலே நடித்தாலும், ஆபாசமான காட்சிகளாகத்தான் இருக்கிறது' என்று பேசுகிறோம். சினிமாக் கலையின் சீர்கேட்டினைக் கண்டிக்கிறோம். ஆனால் கம்பனின் கலையிலே தேங்கிக்கிடக்கும் காமரசத்தைக் கண்டிக்க முன்வர மறுக்கிறோம். நா கூசுகிறது, நடுக்கம் பிறக்கிறது! ஏன், இந்த ஓரவஞ்சனை?

பனிநீரில் குளித்துப் பட்டாடை உடுத்துப் பரிமள கந்தம்பூசி, பணிபலபூண்டு, பஞ்சணை ஏகி, பாசமூட்டும்

விழியும், சிலம்பு கொஞ்சும் பாதமும், பவளச் செவ்வாயும், பளிங்குபோன்ற உடலும் பவுன்நிற மேனியும், பதைப்புறு காதலும் உடைய பாவையர், பக்கத்திலிருந்து ஆலவட்டம் வீசியும், 'அன்பா! என்ன தேவை?" என்று கேட்டும், அருகே சென்று கொஞ்சுமொழி பேசிப் பஞ்சபாணத்தை வீசி, படுக்கையிலே பக்கத்தில் படுத்து......!!

இந்த 'ரசம்' கேட்காமல், எதிர்பாராமல் கிடைத்திட்டால், எப்படி இருக்கும்! அதுவும் ஒரு காசும் செலவின்றி! முன்பின் கண்டதில்லை, தூது விட்டதுமில்லை; ஆனால் அந்த ரசவல்லிகளோ, உல்லாசத்தை உவகையுடன் தந்து, உரசி நின்று உபசரிக்கின்றனர். ஒரு பொருளும் கேட்டாரில்லை! வலிய அணைந்த சுகமன்றோ, சுகம். அதிலும், வக்கிரங்களல்ல, வகையிழந்த வரட்டு வயோதிகங்களுமல்ல, சரசகுணா ஜெகன்மோகினிகளய்யா! வகைதரும் பருவமுள்ள மங்கையர்! வாசமலர்க் கூந்தலழகியர், அவர்கள், அருகே யழைத்து, இருகை பற்றியிழுத்து, மஞ்சத்தில் படுக்க வைத்துப் பக்கமேவி, படுபாவியாம் மதனன் விடுகணைகளைப் பொடிபொடியாக்கி விடுகிறார்கள்!

"பரதா! எங்கேயப்பா, இத்தகைய 'புண்யவதிகள்' உள்ளனர்? இத்தகைய காமவல்லிகள், கருணாமூர்த்திகள், தியாகதேவிகள், எங்கே உள்ளனர்? இருந்து முகந்திருத்தி ஈரோடு பேன் வாங்கி, எழுந்து வாயேண்டி இரவு மணி பத்தாச்சே என்று அழைத்தாலும், இருமலும் காய்ச்சலும் இழுத்து வதைக்குதே என்று ஈனக்குரலில் பேசிடும் இன்பக் கொல்லிகளிடம் இடர்பட்டுக் கிடக்கிறோமே, கண்டதும் களிகொண்டு, மதனன் மாளிகைக்கு அழைத்துச் செல்லும் ஆரணங்குகள் உள்ள அந்தப் போகபூமி எங்கேயிருக்கிறது? எமக்குக்கூறு" என்று கேட்கத் தோழர்கள் துடிப்பர்! கலவியைக் கேட்கு முன் வழங்கும் இக்காரிகையர் வாழுமிடம் தெரியும்; ஆனால் என் மொழியை அவர் கேளார்; அந்தக் கோலாகலக் கம்பெனியின் மானேஜிங் டைரக்டர், சாதாரண சாமான்ய பேர்வழியல்ல. பரமனருள் பெற்றுப் பந்தபாசம்விட்டு, நாலுவேதங் கற்றுணர்ந்த பரத்துவாச மாமுனிவர், இந்த இன்பத்தை இல்லை என்னாது ஈயும் வள்ளற்றன்மை கொண்ட வனிதையரின் வசீகரக் கம்பெனியின் மானேஜிங் டைரக்டர்!

"என்ன புதிரப்பா, கிளப்புகிறாய்? அரைநொடிக்குள் எமது ஆனந்தத்தைத் தகர்த்துவிட்டாயே! போகம் வழங்கும் பூவையருக்கு யோகம் செய்யும் முனிவரா ஏஜண்டு? இது

எம்மால் நம்பமுடியவில்லையே. காமக் குரோதாதிகளை அடக்கும் ரிஷிசிரேஷ்டர், காமக்கூத்துக் கழகத்தின் நிர்வாகியா? ஓமத்தீயை மூட்டி சாமவேதத்தைப் பாடிடும் சற்குணர், காமத்தீயை மூட்டிச் சரச கீதம் பாடிடும் மடந்தையர் மன்றத்திற்குத் தரகரா? சே! இது சுத்தத் தப்பு" என்று கூறுவீர்கள். தயவுசெய்து, நம்புங்கள் தோழர்களே! கூறிய அந்தக் குணவதிகளின் கூட்டத்துக்கு, பரத்துவாச மாமுனிவரே மானேஜிங் ஏஜண்டாக இருந்தார்! அவர் அழைத்தார்; அவர்கள் சதங்கை கொஞ்ச ஓடிவந்தனர். அவர் பணித்தார், முனிவரின் விருந்தினருக்கு அந்தச் சுந்தரிகள் மகிழ்வூட்டினர். பர்ணசாலைகளிலே அல்ல! சாதாரண மாளிகைகளிலேயுமல்ல! சந்திர மண்டலம் போன்ற தமது மாளிகைகளிலே! சந்திரமண்டலம், வெறும் சுந்தரம் மிகுந்ததாக மட்டுமா இருக்கும்! சந்திரன் என்ன சாமான்யப் பேர்வழியா? குரு பத்தினியைக்கூடிய குணாளன்! அவனுடைய மண்டலம் போன்ற அழகும் காமமெழுகும் நெகிழும் இடம், அந்தச் சுந்தரிகளின் மந்திரமாளிகைகள்!! இன்னும் ஒன்று கேண்மின்! "நீ மந்திரியா, அப்படியானால் மஞ்சத்தில் வா! நீ யார் மந்திரியின் தேரோட்டியா? சரி வெளியே போய்ப் படு! நீ யார்? சேனாதிபதியா? மெத்தச் சந்தோஷம்; போர்க் கோலத்தைக் கலைத்துவிட்டுச் சயனக்கிரகம் வாரும்! நீ யார்? சேனாதிபதியின் சேவகனா? நீ போய்த் தெருத்திண்ணையிலே, படுத்துறங்கு!" என்று அந்த மாதர் பேதம் பாராட்டி, தக்கோருக்குத் தயைகாட்டி, மற்றையோரை இல்லை என்று கூறி வாட்டினர் என்று கருதுகிறீர்களா? அப்படிச் செய்யவில்லை! பேதநிலை கண்டு காதலை நிறுத்தும் கயவரல்ல, அந்தக் கருங்குழலிகள்! எல்லோரும் இன்புற்று இருப்பதே யல்லாமல், வேறொன்று அறியாப் பராபரங்கள், அப்பாவைகள். சர்வம் ஜெகன்னாதம், எவரையும் விடவில்லை, சகலருக்கும் சரி என்று சம்மதித்தனர்!!

"இனிப் பொறுக்கமாட்டோம், பரதா! எங்கே இருக்கிறது, இந்த விபசாரவிடுதி? இதற்கும் பரத்துவாசருக்கும் என்ன சம்பந்தம்? நீ கூறுகிறபடி, எப்போதாவது நடந்ததா? அந்த அதிர்ஷ்டசாலிகள் யார்? அந்தச் சம்பவம் நடந்தது, உனக்கு எப்படித் தெரியும்?" என்று அடுக்கடுக்காகக் கேட்கவேண்டாம் தோழர்களே; கூறிவிடுகிறேன். இந்த "விடுதி" இருக்குமிடம் சுவர்க்கலோகம். இதனை அனுபவித்தவர் அயோத்தியின் மதுகை மைந்தர்!! இதை நடத்திவைத்தவர், பரத்துவாச முனிவர்! இதை நான் தெரிந்துகொண்டது, கம்பரின்

காதையினால்!!! கல்கத்தாவிலே சில வீதிகளில், விபசாரிகள் தங்க வீட்டு வசதிகளை அதிகாரிகள் ஏற்பாடு செய்து தந்து, பட்டாளத்துக்காரர் விபசார வசதிபெற வழிசெய்து தந்தனர் என்று முன்பு ஓர் புகார் வெளிவந்தது. பத்திரிகைகளெல்லாம் சீறின. பாதிரிகள் சிலர்கூடப் பதைத்தனர். சர்க்கார் மறுத்தனர், பிறகே சந்தடி அடங்கிற்று. போகத்தைப் பணத்துக்குப் பெறும் பேர்வழிகள், பொது மகளிருடன் சம்பந்தங்கொள்ள இடமளிப்பது குற்றமென்று குடைந்த குணவான்களெவரும், பரத்துவாசர், யாரும் கேட்கா முன்பு, இந்த விபசார விடுதியை அமைத்துத் தந்தார் என்பதற்காக அவரைக் கண்டிக்க மாட்டார்கள்! நான் ஓர் கட்டுக்கதையுங் கூறவில்லை ; கடவுள் திரு அவதாரக் காதையாம் இராமாயணத்தைக் கூறுகிறேன். கம்பன் எழுதியது; சாதாரணப் பேர்வழியின், சாரமற்ற கதையல்ல! சாட்சாத் கம்ப இராமாயணத்திலே இருக்கிறது, இந்தச் "சத்விஷயம்."

"பரதன், பிரதானியர், படையினர் ஆகியோர், இராமனைக் காட்டிலிருந்து நாட்டுக்கு அழைத்துவரச் சென்றபோது, வழியிலே பரத்துவாச முனிவரின் ஆஸ்ரமத்தைக் கண்டனர். முனிவரைத் தொழுதனர். குசலம் விசாரித்த பிறகு, பரதனுக்கும், அவனுடன் வந்தவருக்கும் விருந்தளிக்க ரிஷி எண்ணினார். காட்டிலே, பர்ணசாலையிலே, விருந்தளிக்க வேண்டுமானால், மானிறைச்சியும் மதுவும், பசுங்கன்றின் கறியும் பழமும்தானே கிடைக்கும்! எனவே, பரத்துவாசர், ஓமத்தீயை மூட்டினார், ஆகுதி பெய்தார்; "சுவர்க்கமே! வா இங்கே!" என்று கட்டளையிட்டார். சுவர்க்கம் அந்தக் காட்டுக்கு வந்து சேர்ந்தது! நான் சொல்வதை நம்ப மறுக்கும் நண்பர்கள், கம்ப இராமாயணத்தைக் கையிலெடுத்து, அயோத்தியா காண்டம், திருவடி சூட்டுபடலம் 6, 7–வது பாடல்களைப் பார்க்கக் கோருகிறேன். தீயினாவுதி செங்கையி னீக்கினான் – சிவந்த தன் கைகளால் ஓமத்தீயில் சில ஆகுதிகளைப் பெய்திட்டான், என்று 6–வது பாடலிலும் துறக்கம் பறந்துவந்து படிந்தது– சுவர்க்கலோகம் பறந்து வந்து நின்றது, என்று 7–வது பாடலிலும் இருக்கக் காண்பர்!

அப்படிவந்த அந்தச் சுவர்க்கலோகத்திலே, விருந்துக்குக் குறைவா? ஆனந்தமாக அறுசுவை உண்டி கிடைத்தது. அத்துடன் நிறுத்திவிட்டிருக்கலாம், கவி! ஆனால் கம்பரா, நிறுத்துவார்? இழவு வீட்டு வருணனையிலும் மாதரின் எழிலைத் தீட்டும், காமப் பொழிலின் காவலரல்லவா, கம்பர்? ஆகவே

அவர் காட்டிலே வந்து குதித்த அந்தச் சுவர்க்கலோகத்திலே பரதனுடன் வந்தோர், என்னென்ன சுகமனுபவித்தனர், என்பதை வர்ணிக்கிறார். சுவர்க்கலோகத்துச் சுந்தரிகள், பரதனுடன் வந்தோர்க்குச் சோடச உபசாரம் செய்தனர், என்று சொல்கிறார். அதுவும் போதாது என்று, அந்த மங்கையர் ஆடவரைப் பஞ்சணையிலே, படுக்கையிலே படுக்கச் செய்து, தாமும் அவர் பக்கத்திலே படுத்து உறங்கினர், என்று கூறுகிறார். படியுங்கள் அப்பாடலை:

அஞ்சடுத்தவமளி யலத்தகப்
பஞ்சடுத்தபரிபுரப் பல்லவ
நஞ்சடுத்த நயனியா் நவ்வியிற்
றுஞ்ச வத்தனை மைந்தருந் துஞ்சினா்.

காமரசத்தை எவ்வளவு கருத்தோடு, கனிவோடு கம்பர் பொழிகிறார், என்பதைப் பாருங்கள். முதலிலே பஞ்சணையின் சிறப்பு, பிறகு பாவையரின் வர்ணனை, பிறகு ஆடவரும் பெண்டிரும் பக்கத்திலே படுத்து உறங்கும் காட்சியின் வருணனை! நல்ல வேளையாக, அத்தோடு விட்டார்! அன்னத்தின் மெல்லிய சிறகு, இலவம் பஞ்சு, செம்பஞ்சு, மயில்தூவி, வெண்பஞ்சு, ஆகிய இந்த ஐந்து பொருளினாலும் செய்யப்பட்ட மெத்தை விரிக்கப்பட்டிருந்ததாம், பஞ்சணையிலே! ஆஹா! எவ்வளவு கோலாகல வாழ்வு, கம்ப சித்திரத்தின்படி! அந்தப் பெண்களோ, காமநோயூட்டும் விழியினராம்! அவர்கள் உபசரித்து, உறங்கினர், பஞ்சணையில் பக்கத்தில்; அப்போது, மைந்தரும் துஞ்சினர்! ஏனப்பா, தூக்கம் வராது? கம்பரசம் காமரசம் என்பதை, இப்பாடல் நன்கு விளக்கும் என்றாலும், அப்பாடலிலே, அணங்குகள் தூங்கவே ஆடவரும் தூங்கினர் என்று முடிக்கிறாரே, அதிலே தொக்கியுள்ள காமரசம், அடஅடா, சொல்லி முடியாது!

இனிப் பத உரையைப் பாருங்கள், என் பொழிப்புரை தவறா என்பது தெரிய:

அஞ்சு அடுத்த அமளி = அன்னத்தூவி, இலவம் பஞ்சு, செம் பஞ்சு, மயில் தூவி, வெண் பஞ்சு எனும் ஐந்து பொருள்களாலான படுக்கை மெத்தையிலே;

அலத்தகம் பஞ்சு அடுத்த = செம் பஞ்சுக் குழம்பு ஊட்டம் பெற்ற;

பரிபுரம் பல்லவம் = சிலம்பணியை அணிந்த தளிர்போன்ற பாதங்களையும்;

நஞ்சு அடுத்த நயனியர் = (காம நோயையூட்டுங் காரணத்தால்). விஷம்போன்ற விழிகளையுமுடைய தேவமகளிர்;

நவ்வியின் துஞ்ச = பெண்மான்கள் போலே அருகிற்படுத்து உறங்க;

அத்தனை மைந்தரும் துஞ்சினர் = பரதன் சேனையிலுள்ள ஆடவர்களனைவரும் உறங்கினார்கள்!

திருவடிசூட்டு படலம், 11வது செய்யுள் இது, பரதனின் சொந்தச் சரக்கல்ல.

அத்தனை மைந்தரும், என்று கவி கூறினாரே, அதன் கருத்தைப் பிறிதோர் பாடலில், 12ல் விளக்கமாகவே உரைக்கிறார். வேந்தராதி சிவிகையின் வீங்கு தோண் மாந்தர் காறும் அந்தத் தேவமாதர் உபசரித்தனராம்.

அதாவது, வேந்தர் ஆதி = அரசர் முதலாக, சிவிகையின் வீங்குதோள் மாந்தர் காறும்=பல்லக்குத் தூக்குவதால் வீங்கிய தோளையுடைய மனிதர்கள் ஈறாக அனைவரையும், அம் மாதர், அன்போடு உபசரித்து அளவளாவி, அம்சதூளிகா மஞ்சத்தில் அருகே படுத்திருந்தனர். இந்த ஆரிய திருத்தொண்டுபுரிய. அவர்களை அழைத்தவர், பரத்துவாசர்.

இந்த லோகத்திலே புண்ணியம் செய்தவர்கள் சொர்க்கம் புகுவார்கள் என்று கூறிடுகின்றனர். அங்ஙனம் புண்யம் செய்ததால், தேவமாதரானவர்களின் தொண்டு, இப்படி விலைகேளா விபசார விடுதியை நடத்துவதுதானா? இதுதான் சொர்க்கலோக வாசமா? ஒரு முனிவரின் விருந்து வைபவம் இவ்விதந்தான் இருக்கவேண்டுமா? ஒரு அரசகுமாரரின் அவதியைப் போக்கச் சென்றபடை, வழியிலே இந்த "வேட்டை"யிலே ஈடுபடுவதா? சுவர்க்கத்திற்குத்தான், இது யோக்யதையா? ரிஷிக்குத்தான் இது நியாயமா? வீரருக்கு இது அழகா? இந்தக் காட்சி கடவுளின் திரு அவதாரக் கதையிலே புகுத்தியதற்குக் கம்பருக்குக் காமரசத்திலே இருந்த மட்டற்ற பாசமன்றி வேறு என்ன காரணங்கூற முடியும்? கலா ரசிகர்களே! சற்றே தயைசெய்து பதில் கூறுங்கள்!

டோஸ் நெ. 3

காளை காணாமற்போனதால் கலங்கிய கண்ணன், வேலனிடம் கூறுகிறான் அதைக் கண்டுபிடித்துத் தரச்சொல்லி. வேலன் இசைகிறான். 'என் காளை எப்படி இருக்கும் தெரியுமா?' என்று கண்ணன் கேட்கிறான். பிறகு வேலனுக்கு, அந்தக் காளையின் அடையாளத்தைக் கூற ஆரம்பிக்கிறான். அவர்களின் உரையாடலைக் கேளுங்கள்.

"காணாமற்போன, என் காளை கருப்பு நிறம்!"

"சரி!"

"முன்பக்கம் வளைந்த கொம்புடையது."

"ஓஹோ!"

"அதிக உயரமுமில்லை, அதிகமட்டமுமில்லை. நடுத்தரமாக இருக்கும்."

"அப்படியா?"

"பரமசாது, குழந்தைகூடப் பிடித்துவிடலாம்; முட்டவராது, கிட்டே சென்றாலும் எட்டி உதைக்காது. வண்டியில் பூட்டினால், வகையாக இழுத்துச் செல்லும். வாய்ப்புறத்திலே கொஞ்சம் வெள்ளையாக இருக்கும். நாலே பல்!"

"போதும்சார், அடையாளம் சொன்னது. தேடிப் பார்க்கிறேன். எந்தக் கொல்லையிலே மேய்ந்துகொண்டிருக்கிறதோ, அலைந்து திரிந்தாகிலும் கண்டுபிடித்து விடுகிறேன்."

"ஆமாமப்பா! அக்கரையாகத் தேடிப்பார். மற்றும் ஒரு அடையாளம் உண்டு, சொல்ல மறந்துவிட்டேன். மூக்குத் துவாரம் அகன்று இருக்கும். வால் மயிர், கத்தையாக இருக்கும்."

"என்ன சார்! மூக்குத்துவாரத்தையும் வால் மயிரையுங் கூடவா வர்ணித்துச் சொல்லவேண்டும். முன்னே சொன்ன

அடையாளமே போதுமே. கருப்பு மாடு, நடுத்தரமாக இருக்கும். சாது, முன்னால் வளைந்த கொம்பு, இவ்வளவு அடையாளம் போதும்."

"என்னமோ தம்பி! எனக்கு அந்தக் காளைமீது இருக்கிற ஆசையும், அதை எப்படியாவது தேடிப் பிடித்தாகவேண்டும் என்ற எண்ணமும், இப்படி ஒரு அடையாளங்கூட விடாதபடி சொல்லச் செய்கிறது. மற்றுமோர் அடையாளம் கேள். ஒருமைல் ஓடினால் வாயிலே நுரைதள்ளும், காதுப்பக்கம் சவுக்காலடித்தால், மூலைவாரும்; முதுகிலே இலேசாகத் தட்டினால் பெருநடையாகப் போகும்."

"சரியாப் போச்சு. இதைக் கண்டுபிடிக்க நான் காளையை வண்டியிலே பூட்டி ஒருமைல் ஓட்டி, சவுக்காலடித்துப் பார்த்துப் பிறகுதானே, நீங்கள் சொல்லியிருக்கிற அடையாளம் சரியாக இருக்கிறதா என்று கண்டாகவேண்டும். வழியிலே கிடக்கிற ஒவ்வொரு கறுப்புக் காளையையும் வண்டியிலே பூட்டியாக வேண்டும். அடையாளம் சொல்ல வந்தீர்களே இப்படி."

வேலன், கண்ணனைப் பற்றி என்ன எண்ணுவான்! "இவனுக்கு மாடுகெட்டதுடன், மதியுங்கெட்டுவிட்டது போலும்! ஆகவேதான் இப்படிப்பட்ட அடையாளங்கள் கூறி, காளையைத் தேடச் சொல்கிறான்," என்றுதானே எண்ணுவான்? காளையைப் பற்றி இப்படிக் கூறினவனை இவ்விதம் கேலி செய்வதானால், காதலியைப் பற்றி இதைவிட மோசமான, ஆபாச அங்க அடையாள விளக்கங்கூறும் ஆடவனைப் பற்றி என்ன கூறுவது! அவ்விதமான கவிதைகள் இயற்றிய கோமானைப் பற்றி என்ன சொல்வது? வகையின்றிக் காளையை இழந்த கண்ணன், அதன் வால் மயிர் அடையாளங் கூறியது கேட்டு வேலன் விலாநோகச் சிரிக்காதிருக்க முடியுமோ! ஆனால், சொற்செல்வன் அனுமான், அஞ்சலி செய்து நின்று, பக்திபூர்வமாக, இராமன் சீதா பிராட்டியாரைப் பற்றிக் கூறிய வர்ணனைகளைக் கேட்டு இன்புறுகிறான். அவதார புருஷர்களின் (அவ) லட்சணம்! "அனுமானே! கேள். என் பிரியை, சீதா இப்படி இருப்பாள்" என்று துவக்கிய "எம்பெருமான்" எந்த அளவோடு நிறுத்துகிறார் என்று எண்ணுகிறீர்கள்? சர்வமும் சாங்கோபாங்கமாகக் கூறி முடித்த பிறகுதான்! முப்பத்துநான்கு பாடல்களய்யா இதற்கு! தன் மனைவியின் அங்கங்களை வர்ணித்து "இது இப்படியிருக்கும், இது இவ்வளவு மிருதுவாக இருக்கும், இந்த அங்கம் இவ்விதமான பளபளப்பானதாக இருக்கும்" என்று இராமர், ஒவ்வொன்றையும் அனுமனிடம் கூறுகிறார். காளை

கெட்டவன், அதன் வால் மயிர் அடையாளம் கூறுவதே மதிகெட்ட தன்மை எனில், காணாமற்போன மங்கையின் நாபி, தொடை, ஆகிய உறுப்புகளையும் வர்ணிக்கும் இலட்சணத்தை, எதன் பாற்பட்டது என்பீர்கள்? அதிலும் அந்த மங்கை இராமன் மனைவி, மகா லட்சுமியின் திரு அவதாரமாம், பொன்னவிர்மேனியள், பூவிரி மணத்தினள், புன்னகை முகத்தினள், அருளொழுகு கண்ணினள் என்று கூறலாம். மற்றப் புலவர்கள் இங்ஙனம் உரைப்பர். தங்கை யெனினும், கொங்கைபற்றி, மறைக்க மறுக்கும், தகைமை வாய்ந்த தவக்கவி கம்பர், இத்துடன் கூறிடுவது தமது கவித்திறமைக்கேற்றதாகாது என்று கருதிப்போலும், சீதாபிராட்டியாரின் எழிலை விளக்க எல்லா அங்கங்களையும் வர்ணித்து மகிழ்கிறார். அதிலும், ஒரு கணவன் தன் மனைவியைக் குறித்து, ஒரு நண்பனிடம் இவ்விதம் பேசலாமா, பேசுவதுண்டா, முறையா என்பது பற்றிய கவலையுமின்றிக் கம்பர், வர்ணித்திருக்கிறார். சீதையானாலும், சீதேவி என்றாலும், பெண் என்றால் அவருக்குப் போதும், நெஞ்சு நெகிழ்ந்துவிடும். கம்பரசம், குறைவற வெளிவரத் தொடங்கும்! இராமன் கூறியதாகத் தொகுத்துள்ள பாடல்களிலே, இவ்வளவு ஆபாசம் இருக்கலாமா! இதற்குப் புலவர் பெருமக்கள் என்ன சமாதானங் கூறுகின்றனர் என்று கேட்கிறேன். மறைவிடங்களைப் பற்றி எல்லாம், அனுமனிடம் இராமன் கூறி, "இவ்விதமானவள் என் சீதை, நீ இவள் இருக்குமிடந் தன்னைத் தெரிந்துவா," என்று கூறினதாகச் சொல்லும் கவியின் பிரதிநிதிகளைக் கேட்கிறேன். சீதையின் பாதம், புற அடி, கணைக்கால், தோள், முன்கை, நகம், கழுத்து. அதரம், பற்கள், மூக்கு, காது, கண்கள், புருவம், நெற்றி, கூந்தல்—எனும் இன்னோரன்ன பிற உறுப்புக்களையாவது, இராம வர்ணனையின்படி இருக்கின்றனவா வென்று, வெளித்தோற்றத்தால் அனுமன் காண முடியும். ஆனால் அந்த 34 பாடல்களிலே வரும் மற்ற வர்ணனைகள் உளவே, மறை உறுப்புகளான, தொடை, பெண்குறி, இடை, வயிறு, நாபி நாபிக்குமேல் வயிற்றிலுள்ள மயிரொழுங்கு, வயிற்று இரேகை, தனங்கள், இவைகளை அடையாளம் காண்பதெப்படி? இது கூடவா, கம்பரின் கவித்திறமையின் விளக்க ஒளிகள் என்று கேட்கிறேன். ஒரு புலவரின் திறனை விளக்க ஒரு பாவை நிர்வாணமாக்கப்படுவதா! அதிலும், மனைவியை நிர்வாணக் கோலமாக்கக் கணவன் முனைவதா! அதையும் மற்றொரு நண்பன் முன்பா? அதிலும், அனுமன் எனும் நித்திய பிரம்மசாரி முன்பா? வரைமுறை, மறைதிரை, வரம்பு முதலியன எதுவுந் தேவையில்லையா? ஆம்! அவருக்கு, அந்தக்

கம்பருக்குப் பெண்களின் விஷயமாக எழுதும்போது,வேறு எந்த நீதியும் குறுக்கிடாது; அவ்வளவு அனுபவித்தவர் அவர்: போகி; காமுகர். இந்த மகானுபாவர், கடவுட்காதை ஏன் எழுதப் போந்தார்? கன்னியின் முத்தம் – கலவிக் கடல் என்பன போன்ற காமக்கதை எழுதியிருக்கலாமே! எந்தப் பொருள் கொண்ட இலக்கியத்திலே எந்த ரசம் இருக்க வேண்டும் என்ற முறைகூடவா தவறவேண்டும்! பாருங்கள் இப்பாடலை.

வாராழிக் கலசக் கொங்கை
வஞ்சிபோல் மருங்குவாள் தன்
தாராழிக்கலைசார் அல்குல் தடங்
கடற்கு உவமை தக்கோய்
பாராழி பிடரில்தங்கும், பாந்தளும்
பணி வென்றோங்கும்
ஓராழித் தேரும் கண்ட உனக்கு
நான் உரைப்பதென்னே?

இராமபிரான் சொல்கிறார் அனுமனிடம், "தக்கவனே! என் மனைவி சீதை இருக்கிறாளே, அவளுடைய கொங்கைகள் கலசம் போன்றன! அல்குலோ, தடங் கடற்கு உவமை என்று.

உலகிலே உள்ள, எந்தப் பித்தனும் வெறியனுங் கூடத் தன் மனைவியின் கொங்கையையும் மறைவிடத்தையும், வேறொருவனிடம் வர்ணிக்க மாட்டான். அங்ஙனம் வர்ணிக்கும் கதாநாயகனை எந்தநாட்டு இலக்கியத்திலும் எந்தக் கவியும் சித்திரிக்கவில்லை. ஹோமர் முதற்கொண்டு பெர்னாடுஷா வரையிலே, எடுத்துப் பாருங்கள். மதனகாமராஜன் கதை முதற்கொண்டு மன்மத விஜயம் என்பன போன்ற காமக் கூத்து ஏடுகளையுங் கூடப் பாருங்கள். எதிலேயும், "என் மனைவியின் மேலிடமும் மறைவிடமும் இவ்விதமாக இருக்கும்" என்று பிறனிடம் கூறிய பேயன் எவனுமில்லை என்பதைத் தெரிந்து கொள்ளலாம். இதைக் கூறுவதே ஆபாசம்! கம்பனோ, இதையெல்லாம் கூறி, இன்னின்ன அங்க இலட்சணமுடைய அவளைத் தேடிக்கண்டுபிடி என்று இராமர் பணிக்கிறார் என்றுரைக்கிறார். பரிதாபத்துக்குரிய அந்த அனுமான்பாடு, எவ்வளவு திண்டாட்டமாக இருந்திருக்கும்? இந்த இலட்சண விளக்கத்தைச் சகித்துக் கொண்டு கேட்பதே சிரமம்! அத்தோடு விட்டதா அனுமானுக்கு! இந்த இலட்சணங்கள் பொருந்திய அங்க அடையாளமுடையாளைக் கண்டுபிடி என்று கடவுளின் அவதாரம் கட்டளை யிடுகிறதே! கலசம் போன்ற கொங்கையுடையாள், தடங்கடற்கு உவமை யுடைய

அல்குலையுடையாள், எவள் என்பதை ஆராய்ந்தறிய வேண்டுமே! அதைச் செய்வதெங்ஙனம்? இத்தகைய அனுமத் ஆராய்ச்சிக்கு இசைய எம்மங்கை கிடைக்கமுடியும்! குரங்குக்குக் கோமளவல்லிகளின் ஆடைக்குள்ளிருக்கும் அங்கங்களைக் கண்டு கோதண்டபாணி கூறுவாரா! இதனையேனும் கம்பர் எண்ணிப் பார்த்து எழுதியிருக்க வேண்டாமா? இது. மட்டுமா! சீதையின் தனங்கள் இப்படிப்பட்டதா, அப்படிப்பட்டதா, என்று உவமைதேடி இராமர் கூறுகிறார் ஒரு கவி. கம்பர் தமது முழுக் கவித்திறனையும். இதிலே பொழிகிறார். படியுங்கள் இச்செய்யுளை:

"செப்பென்பன் கலசம் என்பன்
செவ்விள நீரும் தேர்வன்
துப்பொன்று திரள்சூதென்பன்
சொல்லுவன் தும்பிக் கொம்பை
தப்பின்றிப் பகலின்வந்த
சக்கரவாகம் என்பன்
ஒப்பொன்றும் உலகில்காணேன்
பலநினைந்து உலைவன் இன்னும்"

"என் மனைவி மகாசுந்தரி! அவளுடைய கொங்கைக்கு உவமை தேடித் தேடிப் பார்க்கிறேன், ஒன்றும் பொருத்தமாக இல்லை. உலகிலே ஒரு பொருளும் இல்லை, அவைகட்கு இணை. என்ன செய்வேன்," என்று சோகிக்கிறார், இராமன்! "செப்புக் கலசமோ! செவ்விளநீரோ!" என்று, தமது மனைவியின் தனங்கட்கு உவமை தேடுகிறார், தவிக்கிறார். இதனை அனுமனிடம், பணியாளிடம், பக்தனிடம், பாகவதனிடம், வேதசாத்திர விற்பன்னனிடம் கூறுகிறார்! ஆண்டவனுக்கேற்ற பக்தன்; பக்தனுக்கேற்ற ஆண்டவன்! கவிக்கு ஏற்ற கதை; அக்கதைக்கேற்ற கவி! கலசத்துக்கேற்ற ரசம்; ரசத்துக்கேற்ற கலசம்! கம்பரசம் இவ் விதமிருக்கிறது தோழர்களே! இதைப் பருகுவோர், பரமபதம் போவராம்!

"அண்டம் பலவும் இங்கே தெரியு தண்ணேன்;
ஆதிசேஷனும் கிட்டே தூங்கு தண்ணேன்"

என்று பாடும் குடியன், மதுரச மகிமையால் மண்டலம் பலபோகும் போதைக்காரர் போல், கம்பரசத்தைப் பருகினோர், காமலோக வாசிகளாகின்றனர்; களிக்கின்றனர். அதன் பயனாக யார் எக் குற்றத்தைக் கூறிடினும் எமது கம்பனை

யாம் விடோம் என்று எக்காளமிடுகின்றனர். அவர்கள் கண்ட இன்பம் யாதோ, யாரறிவார் தோழரே!!

நிலமடந்தையை வருணிப்பதிலே புலவர்கள் தத்தம் திறம் விளங்கச் செய்யுள் இயற்றி, மலையையும் மடுவையும், அழகுறச் சித்திரித்து, நம்மனோருக்கு ஆனந்தமளித்துள்ளனர். கம்பரோ, நிலமடந்தை நிஜ மடந்தை என்ற பாகுபாடகற்றி உறுப்புகளைப் பற்றி உல்லாசமாக, உவகையுடன் தீட்டுவதிலே தன்னிகரற்றவர். பாவையரின் பள்ளமேடுகளைப் படம்பிடித்துக் காட்டும் பாகவத சிரோமணி கம்பரன்றி வேறு இல்லை எனலாம்! யாரைப் படமெடுப்பது, எந்தச் சமயத்திலே என்பது பற்றிக் கூட அவருக்குக் கவலை கிடையாது; கண்டால் விடமாட்டார். தமது கவித்திறனைப் பூசி மகிழாமலிரார். அது பிராட்டியோ, அரக்கியோ, பட்டமகிஷியோ, அன்றி ரிஷிபத்தினியோ, யாராக இருப்பினும், பெண் என்றால் போதும், உடனே உண்மைக் கம்பருக்கு உமிழ்நீர் ஊற்றெடுக்குமோ, உணர்ச்சி ஊறலெடுக்குமோ, யாதோ நானறியேன், அங்கங்கள் அத்தனையையும், வருணிக்கத் தொடங்குவார். சல்லாப வேளையில் மட்டுமா? இல்லை, இழவு வீட்டு வருணனையிலும் இந்த இலட்சணத்தை அவர் புகுத்தத் தயங்குவதில்லை.

புலவர் சிலர், குறளினருமை யுணர்ந்து கம்பர், தமது புண்யகாதையிலே, குறளைப் பல இடங்களிலே புகுத்தியுள்ளார், தங்கத் தகட்டிலே வைரமணி இழைத்திருப்பது போல, என்று கூறிக் களித்து, பிறர் களிப்புறக், கம்ப இராமாயணத்திலே, எத்தனை இடங்களிலே குறள் இருக்கக் காண்கிறோம் என்று ஆராய்ச்சி செய்து, அட்டவணை தயாரிப்பர். அவர்கட்குச் சிறு யோசனை: கம்பருக்குக் குறளிடம் இருந்த மதிப்புப் பெரிதா, மங்கையரின் கொங்கை பற்றிய மயக்கம் பெரிதா, என்பதைக் காண, கம்பர் தமது செய்யுளிலே, எங்கெங்கு எவ்வளவு மகிழ்வுடன், அந்த “மேட்டினை” வருணித்துள்ளார், என்ற கணக்கெடுத்து, கம்பர் கையாண்ட குறளுடன் ஒப்பிட்டுப் பார்க்கத் தமது ஓய்வு நேரத்தைச் செலவிட வேண்டுகிறேன். மலையும் மலைச்சிகரமும், கண்ட புலவரும் அவை தமை வருணித்தோரும் பலர்; ஆனால், அவற்றை மங்கையரின் உறுப்புடன் ஒப்பிட்டு உளம்பூரித்தோர் கம்பரன்றி வேறு யார் என்பதும், அன்பர்களின் ஆராய்ச்சிக்குரியது.

டோஸ் நெ. 4

இனிப்பாகத்தான் இருக்கிறது, ஆனால் உள்ளே போனதும் எமது உள்ளத்தையே குத்துகிறதே கம்ப ரசம், பரதா! இது என்னப்பா புதிய தொல்லை— கொளுத்தித் தொலையுங்கள், இப்படி மெல்ல மெல்லச் சித்திரவதை செய்யும் முறைவேண்டாம், என்று கலையில் அக்கரையும், மக்களின் நிலையை மாற்றியமைக்க வேண்டுமென்பதில் அக்கரையுங் கொண்ட நண்பரொருவர் கூறினார். கம்பரசம் பருகிய பிறகு, இதே நிலைதான் எனக்கும் என்பது அவர் அறியார். இலக்கியம், எழுச்சிக்குத் தேவை; ஆனால், பருகிடும். இனத்தையே இளித்தவாயராக்கி, ஏய்த்தும் பிழைக்கும் கூட்டத்தின் பாதந்தாங்கிகளாக்கிட வன்றோ அந்த இலக்கியம் – இதிகாசாதிகள் பயன்படுகின்றன என்பது தான், எனக்குள்ள மனக்குறை. எனக்கு மட்டுமென்ன, இயற்கையின் அழகையும், இளமங்கையின் எழிலையும், கவிகள் தீட்டிக் காட்டும்போது, களிப்புண்டாகாமலா இருக்கும்? நானென்ன சிலையா? சர்வ உணர்ச்சியும் சம்பூரணமாக உள்ளவன் தானே! ஆனால் ரசமான நிலை, இனத்தைக் கொலை செய்கிறதே என்ற வருத்தம் என்னைக் கம்பரசத்தை மேலும் சில தயாரித்துவிடச் செய்கிறது. தாங்கக் கூடியவர்கள் மட்டுமே உபயோகிக்கக் கோருகிறேன். காரசாரம், சற்று அதிகம்; மூலிகையின் விசேஷத்தால், நமது கலப்பு முறையின் விசேஷத்தாலல்ல!

காமச்சுவையைக் கம்பர் பெரிதும் கண்டறிந்தவர். அவருடைய பாடல்கள் சிலவற்றை நான் பார்க்கும்போது, அவர், ஆற்றோரத்தில் உலவிக்கொண்டு, அரை நிர்வாண மங்கையரைக் கண்டு, ஆனந்த ஊற்று எழ, அதன் துணைகொண்டு, இணையில்லா அந்த இக இன்ப இலட்சணத்தைப் படம்பிடித்துக் காட்டுவது போன்ற பாடலாக அமைத்தாரா, என்று யோசிக்கச் செய்கிறது. ஆற்றோரமோ, குளத்தங்கரையோ, ஜலக்கிரீடைக்காக மாளிகைகளிலே அந்தக்

கால மன்னர்கள் கட்டிவைத்த சிங்காரச் சிறு ஓடைகளோ, ஏதோ ஒன்றின் மருங்கே, கம்பர் தமது ஓய்வு நேரத்தைக் கழித்திருப்பார் என்பதில் யாருக்கும் சந்தேகம் வேண்டாம்; ஒன்று மட்டும் சந்தேகம்; அந்த நேரங்களிலே, அவருடைய கண்ணைக் கௌவிக் கருத்தைக் குழப்பிய காட்சி, அரை நிர்வாணமா, முழு நிர்வாணமா, என்பது மட்டுமே சந்தேகிக்க வேண்டிய இடம். அத்தகைய அனுபவசாலியாகவும், சுகியாகவும், கம்பர் இருந்திரா விட்டால் மற்ற எந்தப் புலவரும், எந்த ஓர் மறைவிடத்தைப் பற்றி மறைவாகவே கூறினரோ, அதனையே கம்பரெனும் புலவர் பெருமான் மட்டும், பூரிப்போடு, படம்பிடித்து, கலை நகாசு ஒளிவிட, கடவுட் திரு அவதாரக் கதையிலே காட்டிட முன்வந்திருக்க முடியாதல்லவா! வறுமைக்கும் கலைவல்லாருக்கும் இருந்து வந்த தோழமை பற்றிய பழம் பாடல்கள் பல உண்டு. பாலில்லாத் தனத்தைப் பாலன்பற்றி இழுத்துப் பால்வரப் பெறாததால் தாய் முகம் நோக்கி அழ, தாய் என் முகம் நோக்கி அழ, மன்னா! நான் உன் முகம் நோக்கி வந்தேன்—என்று குடும்பத்திலே தரித்திரத் தேள் கொட்டிய சேதியைக் கவி கூறினதாகப் படித்ததுண்டு. கம்பருக்கும் வறுமைக்கும் தொடர்பு அதிகம் இருந்ததில்லை. அவருக்கும் வனிதையருக்கும் இருந்த தொடர்பு, வரலாறுகளிலே சரிவரத் தெரியவில்லை. ஆனால் அவருடைய வாயூற்று உமிழ்கிற அனுபவங்களைத் திரட்டித் தொகுத்துப் பார்த்தால், ஆஹா! அங்க இலட்சணங்களிலே எத்தனை எத்தனை விதம் கொண்ட கெண்டை விழிமாதருடன் அவர் செண்டு விளையாடி, கவிதா ரசத்தை மொண்டு உண்டு, தமது நூலிலே விண்டிருக்கிறார் என்பதை ஒருவாறு ஊகிக்கலாம். ஒருவாறு தான். முழுவதும் தெரியவந்தால், மூச்சுத்திணறிவிடும் நமக்கு. 'அடா, அடா, அடா, அடா, இப்படிப்பட்ட போகியா இப்புலவர், என்று வியந்து கூறிக் கூறி, மூச்சுத் திணறிவிடும். அவ்வளவு தேங்கிக் கிடக்கிறது, அவருடைய கவிதையிலே.

'யாரார் எந்தெந்தக் கோலத்திலே என்னைக் காண விரும்புகிறார்களோ, அவர்களுக்கெல்லாம் நான் அவ்வக்கோலத்திலேயே காட்சி தருவேன்,' என்று கீதா வாக்கிய மிருக்கிறதாம். பக்தர்களின் கண்களுக்கு, எப்பொருளும், தாம் வணங்கும் ஆண்டவனின் சொரூபமாகவே தோன்றுமென்று, பக்திப் பிரபாவக்காரர்கள் கூறுவர். அதற்கேற்பவே அவர்கள் ஆண்டவனை நங்கையுருவிலிருந்து நாயுருவரையிலே சித்திரித்துள்ளனர். "நாத்திகா! நாக்கறுப்பேன், ஆண்டவனையா நாய் என்றாய்?" என்று என் மீது கோபியாதீர் மெய்யன்பர்களே!

மகாவிஷ்ணு மோகினியாக வந்த நங்கை உரு முதற்கொண்டு, பைரவர் நாய் உருவாக வந்தது ஈறாக எல்லாம் ஆண்டவ சொரூபந்தான் என்று ஆத்திக அன்பர்கள் கூறுகின்றனரே, அதைச் சொன்னேன், வேறில்லை. பக்தர்களின் மனோபாவம் இதுவெனில், பாவாணராம் கம்பரின் மனோபாவமோ, எந்தப் பொருளைக் கண்டாலும், எந்தக் காட்சியைக் கண்டாலும், குன்றாக இருக்கட்டும், குருத்தாக இருக்கட்டும், வானவில்லாக இருக்கட்டும், இந்திர கோபப் பூச்சியாக விருக்கட்டும், எந்த இயற்கைக் காட்சியாக இருக்கட்டும், அத்தனையும் மாதரின் அங்கங்களையே நினைவூட்டும் நிலை பெறுகிறார். ஏன் என்று என்னைக் கேட்டுப் பயனில்லை, அவரோ இங்கில்லை, ஆனால் யோசிக்க உங்களுக்கு நேரமிருக்கிறது, யோசித்துப் பாருங்கள். எப்பொருளும் எம்பிரானாகவே தோற்றுவது பக்தி என்றால், எந்தப் பொருளும் மாதரின் அங்கங்களையே நினைவிற்கொண்டு வரும் நிலைமை இருக்கிறதே, அது என்ன? காமம், பெண்பித்து, போகப் பிரியம், மையல், விரக போதை, என்ற பல உண்டு; எது பொருத்தமோ, அதைத் தேர்ந்தெடுங்கள், தோழர்களே.

மலையைக் கண்டதும் கவிக்கு மாதரின் கொங்கை தானா கவனத்துக்கு வர வேண்டும்! மலைச்சிகரம், அந்தக் கொங்கையின் காம்பு பற்றிய சிந்தனையையும், மழைத்துளி மலைச்சிகரத்திலே காணக் கிடப்பது, தனத்தின் காம்பினின்றும் வெளிப்படும் வியர்வையையுந்தானா கவிதா விற்பன்னருக்கு நினைவில் முந்திக் கொண்டுவந்து உந்தவேண்டும்? விந்தையல்லவா இது? இத்தகைய நினைப்பை, "படித்தாலும் படிக்கப் பக்க நின்று கேட்டாலும் முக்திதரும் புண்ய கதையிலா" இணைத்துத் தருவது? யோகிக்குக் குரு, போகியா! சரச சஞ்சாரம் – சல்லாப மஞ்சரி – அங்க இலட்சணம் – என்ற ஏதேனும் ஓர் நூல் எழுதி, அதிலே கம்பரசம், ததும்பும்படிச் செய்திருந்தாலும் குற்றமில்லை. கடவுள் திரு அவதாரக் காதையைக் கூறப் போந்த கல்வியிற் பெரிய கம்பரா இதனைச் செய்வது! கல்வியிற் பெரியரா, கலவியில் பிரியரா, என்ற கஷ்டமான பிரச்னையையல்லவா, கலா ரசிகர்கள் தீர்த்து வைக்க வேண்டி நேரிடும், நான் தயாரித்தனுப்பும் கம்பரசத்தைக் கண்டால்.

"போ! போ! பரதா! நீ கூறியது போல, கம்பர்

எங்கே சொன்னார்?" என்று கேட்கிறீர்களா! பரவை அல்குல் ஒளிபுறத்தளிப்ப, என்ற பாடலை, நான் படலம். பக்கம்

பாவின் எண், வரிஎண் உள்பட எடுத்துக் காட்டியும், உங்கட்கு என்மொழியில் சந்தேகம் இருக்கிறதென்றால், அதற்குக் காரணம், என் உண்மை உங்களிடை ஊட்டிய சஞ்சலமே தவிர வேறாக இருக்க முடியாது! வெறும் வர்ணனைகளுக்கு மட்டுமல்ல, ஆதாரம் காட்டப்போவது! திரைமறைவிலே நடைபெறும் நிகழ்ச்சிகளைக்கூட, தேனொழுகும் கவி தந்த திவ்யபுருஷர் தீட்டியிருக்கிறார்; அந்தப் பாடல்களையுங் கூடத்தானய்யா, அம்பலத்துக்கு அழைத்துவரப் போகிறேன். பல பல பத்திரிகைக்காரர்கள், தீட்டிக் கொண்டு வருகிறார்களல்லவா, கம்பர்கவி இன்பம், கம்பசித்திரம், கம்பர் தரும்காட்சி, என்ற பல்வேறு தலைப்புக்களுடன்? அவர்கள் யாவரும் மூடி போட்டு வைத்திருக்கும், பாடல்களை முச்சந்திக்குக் கொண்டு வந்து நிறுத்துகிறேன். பிறகு கூறுங்கள் கம்பனின் கலையிலே, இனக்கொலையுடன், இடக்கரடக்கலும் மறை திரை என்னும் முறையும் அனாவசியமாக, ஈவிரக்கமின்றிக் கூச்சமின்றிச் சித்திரவதை செய்யப்பட்டிருக்கிறதா, இல்லையா என்று.

இராமர் அவதாரபுருஷர்; ஆகவே தான் அவர் காதையை நான் எழுதுகிறேன், என்று பாயிரத்திலே பாவாணர் பகர்கிறார். அத்தகைய சத்புருஷர் மட்டுமல்ல, தேவபுருஷர், எவ்விதமான நினைப்பு நடவடிக்கை கொண்டவராக இருந்தார் என்பதைக் கவி, எவ்விதத்திலே தீட்டிக் காட்டுகிறாரோ, அதற்கேற்ற வண்ணமே, மக்களின் மனம் மாசு அடைவதோ, தூய்மை பெறுவதோ, இருக்க முடியும். உப்பில்லாப் பண்டமும் உப்பே அளவுக்குமீறிக் கொட்டப்பட்ட பண்டமும், இரண்டும் குப்பைக்கே தான்! மனமயக்கம் போக்கும் மருந்து, பிறவிப் பிணி போக்கும் மருந்து, புண்யலோகம் புக அனுமதிச்சீட்டு, என்றெல்லாம் இராமகாதையைப் பெருமையாகக் கூறுகின்றனர். அத்தகைய உயரிய சத்கதையிலே வரும் உத்தம புத்திரரின் உரையும், அவ் உரையாடல் வெளிப்படுத்துகிற காம உணர்ச்சியும், அவருடைய கடவுள் தன்மையையா காட்டுகிறது என்று கேட்கிறேன். என்னவிதமான உணர்ச்சி உண்டாகும், ராமரின் வாயுரைகளைக் கம்பர் தீட்டியுள்ளபடி பார்த்தால், என்பதை யோசியுங்கள்.

கானகம் புகுந்த காகுத்தன், தன் காதற்கிழத்திக்குக் காட்டுக் காட்சிகளைக் காட்டுகிறார்; கீதம் பயிலும் குயிலையும் நடனமாடும் மயிலையும், கிளை தாவும் குரங்கினையும், தாவிடும் மானையும், சீதைக்குக் காட்டுகிறார், அம்மையின் சித்தம் களிக்க. மெத்தச் சரி. ஆனால், அந்தச் சமயத்திலே,

ஐயன் அன்பின் மிகுதியால், அம்மையை, 'ஆருயிரே! அயோத்தி இழந்த அமிர்தமே! அஞ்சுகமே! வைதேஹீ! மிதிலாமணி! ஜானகி! இராமப்பிரியை!' என்று பலப்பல கூறி மகிழ்ந்திருக்கலாம், அன்பர்ச்சனை செய்திருக்கலாம். அவ்விதமாகக் கவி எழுதியிருந்தால், பொருத்தமாகவும் கச்சிதமாகவும், தூய்மையைத் தருவதாகவும் இருக்கும்: ஆனால், சீதைக்குக் காட்டுவளம் காட்டுகையில், இராமர், தேவியை வர்ணிப்பதாகக் கவி அமைத்திருக்கும் செய்யுட்களைப் பார்த்தால், இராமர் சொல்லப் போந்த விஷயம் காட்டு வளப்பம்பற்றியல்ல, தன் காதலியின் கொங்கையைப் பற்றிய வர்ணனையைக் கூறுவதிலேயே அவர் மும்முரமாக ஈடுபட்டிருக்கிறார் என்பது விளங்கும். மதுரமான மொழிபேசி மனையாட்டியின் மனதை ரம்மியப்படுத்த எண்ணும், மனோவசியத் தந்திரந்தெரிந்த மணாளன் கூட, மாதே! உன்முகம் செந்தாமரை! உன் பற்கள் முத்து! உன் அதரம் பவளம்! உன் விழி, வேல் –என்று குழைந்து, கொஞ்சிடுவானே தவிர அந்த மங்கை நல்லாளின் கொங்கையை விதவிதமாக வர்ணித்துக் கூறிக்கொண்டிருக்க மாட்டான். இயற்கைக்கே விரோதமானது, அக்காட்சியும் கருத்தும். ஆனால், கம்ப இராமாயணம், அயோத்யா காண்டம், சித்திரகூடப் படலத்தைச் சிரமம் பாராது பாருங்கள்; ஸ்ரீராமரின் வர்ணனை விளங்கும்.

வடங்கொள் பூண்முலை மடமயிலே! என்று விளிக்கிறார் ஜானகியை! வடம்பூண் – ஆரமாகிய அணிகலனை யணிந்த, முலை – தனங்களை உடைய, மட மயிலே மயில் போன்றவளே, என்பது பொருள். இங்ஙனம், கணவன் தன் மேலிடத்தை வர்ணிக்கக் கேட்ட அந்த மங்கை எவ்வளவு வெட்கினளோ, நானறியேன். இந்தத் தெய்வத் திருக்காதையைக் பாராயணம் செய்யும் பரமாத்மாக்கள், தொண்டையைக் கனைத்துக் கொண்டு, கண்களிலே ஒளிவீச, எப் பக்கத்திலே ஆதரவற்ற அணங்கு அமர்ந்திருக்கிறாளோ, அப்பக்கம் நோக்கி, "ஜானகியைப் பார்த்து எம்பெருமான் கூறுகிறார், வைதேஹீ! ஜானகி! சீதா! பிரியே! உன்னை நான் எங்ஙனம் வர்ணிப்பேன். வடங் கொள் பூண்முலை மடமயிலே – அழகிய ஆபரணங்கள் புரளுகிற தனங்களை உடையவளே, என்று தசரதத் திருக்குமாரன் கூறினான்" என்று அழகுறக் கூறுவர். அது சமயம், அர்த்தராத்திரி, அரைத்தூக்கம், மேலாடை ஒத்துழையாமை பிறக்கும் வேளை. அந்த நேரத்திலே, இராமாயணப் பிரசங்கியார், காணும் காட்சி இராமருக்குச்

சித்திரகூட பருவத்திலே தோன்றியதை விடக் கவர்ச்சியூட்டும்! இதற்குப் பயன்படவே இப்பாடல். பகவந் நாமாவளிக்கோ, பக்திப் பிரபாவத்துக்கோ அல்ல! எங்கிருந்து பக்திபிறக்கும், பூண்முலை பற்றிப் பகவான் தமது பட்டமகிஷியிடம் பேசும் பாடலைப் படித்தால், கேட்டால்? பரிதாபமான நிலைதான் பாபம், பர்த்தாவின் இந்த மோக மயக்க மொழிகேட்கும் ஜானகிக்கு! விட்டாரா, அத்தோடு இராமர்! ஒருமுறை வர்ணித்து ஓய்ந்தாரா? ஆபரணங்கள் அணிந்த அழகிய தனங்களை உடையவளே என்று கூறியதோடு, திருப்தி கொண்டாரா? தேவத் திருக்குமாரன் திருப்திகொண்டாரோ இல்லையோ, கம்பருக்கு இவ்வளவு சுருக்கமாகப் பெண்ணை வர்ணித்து விட்டுத் திருப்திபெற முடியாது. எனவே இராமரை மேலும் மேலும் அந்த மேலிடத்தைபற்றிக் குழைந்து குழைந்து மொழிந்திட வைக்கிறார்.

இழைந்த நூலிணை மணிக்குடஞ்
சுமக்கின்ற தென்னக்
குழைந்த நுண்ணிடைக் குவியிள
வனமுலைக் கொம்பே!

என்று கூறிக் குதூகலிக்கிறார் கோசலைச் செல்வன். "பூங்கொம்பு போன்றவளே, உன்னுடைய கொங்கைகள் மணிக்குடங்களைப் போன்றுள்ளன. அவைகளைத் தாங்கமாட்டாது வளையும் கொடிபோல் உன் இடை உளது" என்று கருத்தெழக் கணவன் கேட்ட காரிகை, வெட்கித் தலைகுனிந்து, "போதும் நாதா! உமக்கு இந்த அர்ச்சனை தவிர வேறுவேலையே இல்லையா? எனக்குக் கேட்கவே வெட்கமாக இருக்கிறதே, உமக்குச் சொல்லக் கூச்சமாக இல்லையா?" என்று கூறித் தடுக்கிறாளா? இல்லை. பர்த்தாவின் மொழியைப் பத்தினி தடுப்பதா? அதிலும் தனது அங்கத்தைத் தங்கு தடையின்றி அவர் வர்ணிக்கும்போது, நெடுநாள் மணமின்றி மிதிலையில் கிடந்த அம்மை, ஏன் தடுக்கப் போகிறார்கள்! ஆனால் நான் கேட்பது, இந்த விசித்திர ஜோடி இதுபோல, அங்கவிளக்க மாற்றிக்கொண்டிருக்கும் படலம் ஆண்டவனைப் பற்றிய கதையிலா இருப்பது, என்பதுதான். எதற்கு எழுந்தது காதை? பூங்கொம்பில் மணிக்குடம்போல், பூவையருக்குக் கொங்கைகள் என்ற சரச விளக்கத்துக்கா; பாவம் நீக்கிப் பரமபதம் தர, பகவத் திரு அவதார மேன்மையினை உணர்த்தவா? சமஸ்தானாதிபதிகளின் கோலாகலத்தைப் பற்றிய கதை எழுதியிருந்தால், இதுவும் இதற்கு மேலான வர்ணனையும் கூறலாம். நான் கேட்கிறேன் அதர்மத்தை

வீழ்த்தி, தர்மத்தைத் தழைக்கச் செய்ய அவதரித்த ஆண்டவனின் வரலாற்றிலா இந்த வர்ணனை இருப்பது என்று தான்! ஆரியத் தோழர்கள் அகங்குழைந்து கூறுவரே, அரியக்குடி இராமாநுஜம் ஐயங்காரின் சங்கீத விற்பன்னத்தை, அதே அரியக்குடியேகூட, இழவு வீட்டிலே போய், எதுகுல காம்போதி பாடினால், என்ன கிடைக்கும் தோழர்களே? பரிசா? அதுபோலவே, மணவிழா மகிழ்ச்சியின் போது, தேசிகரின் தீந்தமிழிசை நடைபெறும் சமயத்திலே, அறுந்த தாலியை எண்ணிக்கொண்டு ஒரு அம்மாமி அழ ஆரம்பித்தால், கூடி அழுவார்களா அம்மாமியுடன்? கோல்கொண்டன்றோ தாக்குவர் அவளை! நிலைமைக்கேற்ற நிகழ்ச்சி இருக்கவேண்டும். அதுபோலவே கடவுட் கொள்கைக்கு எனக் கூறப்படும் காதையிலே தேவரசம் இருக்கலாம். பக்திரசம் சொட்டலாம், வேத இரகசியங்கள் மிளிரலாம். இதையெல்லாம் விட்டு, காமரசத்தைக் கொட்டுவது முறையா என்று கேட்கிறேன். பதம் பிரித்துப் பாருங்கள் அந்த அடியினை உங்களுக்கு – பஞ்சேத்திரியங்கள் கெட்டிடாதிருக்கும் எவருக்கும் பகவானிடம் நெஞ்சு போகிறதா, மாதரின் போகத்தைப் பற்றிய நினைப்பு வருகிறதா, என்று பார்ப்போம்.

இழைந்த நூல் = ஓரிழையா யிருக்கின்ற நூலானது; இணை மணிகுடம் சுமக்கின்றது என்ன = இரண்டு அரதனக் கும்பங்களைச் சுமக்கின்றதென்று சொல்லுமாறு; குழைந்த நுண் இடை = தளரும் இயல்புடைய மெல்லிய இடையிலே; குவி இளவன முலை = குவிந்துள்ள இளமையான அழகிய தனங்களைக் கொண்டுள்ள, கொம்பே = பூங்கொம்பு போன்றவளே!

இதுதான் பத உரை. நாதன் நாயகிக்கு உரைப்பது, நாம் படித்து பக்திமார்க்கம் தேடிடப் பண்பாடு உணர்ந்து பாவாணர் தந்தது. இதிலிருந்து, குவிந்திருந்தால் மட்டும் போதாது, இளமையானதாகவும் இருக்கவேண்டும்; இவ்விரண்டு இயல்பு இருந்தாலும் போதாது, அழகாகவும் தனங்கள் இருக்கவேண்டும்; காமக் கனிரசக் கலச இலக்கணத்தைக் கற்றுக்கொள்ளவும், கற்றவர் பரீட்சிக்கவும், அந்த வாய்ப்புப் பெறாதார் படித்துவிட்டு, அக்கம் பக்கம் பார்த்துவிட்டுப் பெருமூச்செறியவும், பாடம் கிடைக்குமே யன்றி, பக்தி போதனையா கிடைக்கும் என்று கேட்கிறேன். எவ்வளவு போகியாக இருந்தால், குவி இளவன முலை என்று வர்ணிக்க முடியும்! கை கூப்பித் தொழவேண்டிய அம்மைக்கே,

குவி இள முலை இருக்கவேண்டுமென்று கம்பநாட்டாழ்வார் கருதினார் என்றால், கட்டித் தழுவிட வேண்டிய காரிகைக்கு, எவ்வண்ணம் இருக்க வேண்டுமென்று எண்ணுவாரோ, என்னால் சிந்திக்கவே முடியவில்லை, தோழர்களே!

"குவி இள வனமுலை என்று கூறினோமே தவிர, அது எப்படி இருந்தால் அழகும் இளமையும் தோன்றும் விதமாகத் தெரியும் என்பதனைக் கூறாது விடுத்தனபே! ஆஹா! ரசிகர்கள், எவ்வளவு கவலைப்படுவரோ" என்று கருதிப்போலும், கம்பர் வேறோர் பாடலிலே, இராமர் வாய்மூலமாகவே, மேலிட வர்ணனையை மேலும் சற்று விளக்கமாகச் சாற்றுகிறார். கேளுங்கள் அந்தத் திருவாய் மொழியையும். சீதையை நோக்கி இராமர் கூறுகிறார்.

"செம்பொனாற் செய்துகுலிக
மிட்டெழுதிய செப்போர்
கொம்பர் தாங்கியதெனப்
பொலிவன முலைக்கொடியே!"

நிறம், உரு, அமைப்புமுறை, எனும் மூன்றாம் விளக்கம் உரைக்கிறார் பாருங்கள். தங்கம்போல் தகதகவென்று இருக்கும், நிறத்திலே! சிமிழ்போல குவிந்திருக்கும் உருவத்திலே! கொம்பில் தொங்கும் கனிபோன்றிருக்கும் அமைப்புமுறை! இத்துடன், தொய்யில் எழுதப்பட்டிருக்கும். இவ்வளவு இலட்சணமிருப்பதால், அந்தத் தனங்கள் அழகாக இருக்கும். கருத்து இது! இந்தப் பாடலை விரித்து விளக்கத் தேவையில்லை. நடை கடினமுமல்ல, உரைதெரியக் கஷ்டமிராது. பதப்பொருள் பாருமின்; பின்னர் கூறுமின், பாற்கடலிற் பள்ளிகொண்ட பரந்தாமன் அவதரித்தது துஷ்ட நிக்ரஹத்துக்காகவா, தோகையரின் தனத்துக்குச் சரியான இலக்கணம் உரைக்கவா என்பதனை. குவி இள முலை என்று கூறியது போதாதென்று, சிறந்த பொன்னினாற் செய்யப்பட்டு, இங்குலிகத்தைக் கொண்டு தொய்யிலெழுதப்பட்ட, சிமிழ்வடிவிலுள்ள தனங்களை, என்ற பொருள்பட, இராமரைக் கூறச் செய்கிறார் கம்பர். வனவாசம் செய்ய வேண்டுமென்று உத்தரவு பிறந்ததைவிடக் கொடுமையானதல்லவா, மனைவியின் மேலிடத்தை உள்ளது உள்ளபடி விவரமாக, விளங்கக் கூறு, என்று இராமருக்குக் கம்பர் கட்டளையிடும் கட்டம்!

டோஸ் நெ. 5

சித்திரகூட பருவதத்திலேயே, இராமர் இங்ஙனம் சீதையின் மேலிடத்தைச் சிரமங்கருதாது, சிரத்தையுடன் வர்ணிக்கும்படியான அளவு, அவருக்கு அம்மையின் அந்த அங்கங்களிடம் "மோகசு இருந்தது என்பதற்குப் பிறிதோரிடத்திலே கம்பரின் கவி சான்று தருகிறது. சித்திரகூடத்துப் பேச்சு, இராமரின் மொழிவண்ணத்தைக் காட்டுவதுபோல, நான் குறிப்பிடப்போகும் மற்றோர்பாடல், அவருடைய விழிவண்ணத்தை விளக்கும் விதத்தது. சித்திரகூடச் செய்யுள்களைப் படித்தபிறகு, "சீச்சீ! இப்படி எல்லாமா ஒரு கணவன் தன் மனைவியை அர்ச்சித்திடுவான், அதிலும் கடவுள் அவதாரமெடுத்தது இத்தகைய ஆபாச வர்ணனைகளுக்காகவா," என்று சிந்திப்பீர்கள். நான் கூறப்போகும் மற்றோர் பாடலைப் படித்ததும், "அடேடே, சொல்மட்டுமல்ல, செயலும் மோசமாகத் தான் இருக்கிறது" என்று கூறித் தீரவேண்டி நேரிடும். இந்த விழிவண்ணம், இராமருடைய கைவண்ணத்தால் தாடகை மாண்டதையும், கால்வண்ணத்தால் அகலிகை மீண்டதையும் விசுவாமித்திரர் கண்டு வியந்தாராமே, அதற்குப் பிறகு நேரிட்டது.

* * * *

புலவர் பெருமக்கள் பூரிப்போடு கூறுவர், இராமரும் சீதையும் ஒருவரை ஒருவர் சந்தித்த காட்சியைக் கம்பர் வருணித்துள்ள வகையினை; குறள் அதிலே வைத்து இழைக்கப்பட்டிருப்பதைக் கூறி மகிழ்விப்பர். கண்ணொடு கண்கலந்த நேர்த்திதான் என்னே, என்னே, என்று கூறி வியப்பர். ஆம்! கண்ணைக் கண் கவ்விற்று, என்று கனிவுடன் கூறுவர். உண்மைதான்! ஆனால் இராமரின் கண் செய்த மற்றோர் செயலை மட்டும் அவர்கள் கூறுவதில்லை. கூறினால், கண்வண்ணம் வெளியாகிவிடுமே என்ற கவலை

கலாரசிகர்களுக்கு; பகவானின் செயல் மைனரின் செயல் போலவன்றோ தோன்றிவிடும் என்ற பீதி பக்தர்களுக்கு. எனவே இருசாராருமே, அந்தச் சம்பவத்தைத் தீட்டுகையில், கண்ணைக் கண் சந்தித்ததை மட்டுமே கூறுவர்.

அவர்கள் கூறிக் களிக்கும் கவிதையும் கூறாது மறைத்திடும் கவியும், பாலகாண்டத்திலே, மிதிலைக் காட்சிப் படலத்திலேயே இருப்பன. 35ம் பாடல் அவர்கள் முறுவலுடன் கூறுவது; மூடி போட்டுவிடுவது 36-வது செய்யுளை; முன்னையதிலே அவர்கள், பதப்பொருள், பொதுப்பொருள், புதுப்பொருள், எனப் பலப்பல விதமாகக் கூறிடும் அடிகள்,

"கண்ணொடு கண்ணினைக்
கவ்வி யொன்றையொன்
றுண்ணவு நிலைபெறா
துணர்வு மொன்றிட
வண்ணலு நோக்கினா
னவளு நோக்கினாள்".

இராமரின் கண் சீதையின் கண்ணைக் கவ்விற்றாம்; சீதையின் கண் இராமரின் கண்ணைக் கவ்விற்றாம்; இருவருக்கும் ஏககாலத்திலே ஒரே விதமான இன்பம் உண்டானதால், இருவர் உணர்வும் நிலைபெயர்ந்து ஒன்றாகிவிட்டது. ஐயனும் நோக்கினான்; அம்மையும் நோக்கினாள்; இது அவ்வடிகளின் பொருள். இத்துடன் தீரவில்லை காட்சி. 36-ம் பாடல் இராமரின் விழி, சீதையின் விழியைக் கவ்வியதோடு நிற்காது, வேறு வேலையிலே ஈடுபட்டதைக் காட்டுகிறது. என்ன வேலை? வீதி திரியும் காளைக்குத் தரும் வேலைதான்! வேந்தனின் மகனானாலும், விஷ்ணுவின் அவதாரமானாலும், கண்ணின் காரியமென்னமோ, அவருடைய நிலைமை அந்தஸ்துக்கு ஏற்றதாக இருக்கவில்லை, படியுங்கள் இப்பாடலை :

"நோக்கிய நோக்கெனு
நுதிகொள்வேலிணை
யாக்கிய மதுகை
யான்றோளினாழ்ந்தன
வீக்கிய கணைகழல்
வீரன் செங்கணுந்
தாக்கணங்கனைய
வடனத்திற்றைத்தவே"

நோக்கிய நோக்குஎனும் = பிராட்டி பார்த்த பார்வையென்கிற; நுதிகொள்வேல் இணை = கூர்மையைக்கொண்ட வேலாயுதங்கள்; ஆக்கிய மதுகையான் = வளர்ந்த வலிமையையுடைய இராமனது, தோளின் ஆழ்ந்தன = புயங்களிலே அழுந்தின.

இது சீதையின் செயல்! தன்னைக் கண்டும் காணச்செய்தும் களிப்பூட்டிய காவலனின் தோள்மீது, அத்தோகையாளின் கண்கள் பாய்ந்து தங்கின. இராமனுடைய கண்கள் என்ன செய்தன? சீதையின் செந்தாமரை முகத்திலே மொய்த்தனவா? இல்லை! பாருங்கள், பாடலின் மற்ற இரு அடிகளை.

வீக்கிய கணைகழல் வீரன் = கட்டப்பட்டு ஒலிக்கின்ற வீரக் கழலையுடைய வீரனான இராமனின்,

செங்கணும் = சிவந்த கண்களும்; தாக்கு அணங்கு அனையவள் தனத்தில் = மோகினி யென்னும் பெண் தெய்வத்தை நிகர் பிராட்டியினுடைய கொங்கைகளிலே,

தைத்த = தைத்தன; பாய்ந்து சென்று தங்கின.

எப்படி இருக்கிறது அண்ணலின் கண் வண்ணம்! இனிக் காளைகட்குக் கவலை ஏன்? கடவுளுக்கே, கன்னியைக் கண்டதும், கண்கள் தனத்தில் தைத்திடுமாமே! இந்திரியங்களெனும் துட்டத் தோழர்களால் ஆட்டுவிக்கப்படுகிற சாமான்யர்களின் நிலைமை எப்படி இருந்தால்தானென்ன! மன்னனே இந்நிலையில் இருந்ததால்தான் போலும், அயோத்தியின் மதுகை மைந்தர்கள், மாதரின் மறைவிடம் தெரியுமா, தெரிசனம் கிடைக்குமா என்று தவித்துக் கிடந்ததாகக் கவி கூறியிருக்கிறார். மன்னனுக்கு ஏற்ற மக்கள், மக்களுக்கு ஏற்ற மன்னன்! கடவுள் ரசம் கடுகத்தனையும் காண இயலாத இக் காம ரசத்தைத்தான் கலா ரசிகர்கள் விடமாட்டோம் என்று கூறுகின்றனர்.

கிடக்கட்டும்; ஐயன், மேலிடத்தோடாவது விட்டாரா! மீண்டும் சற்றுநேரம், மிதிலையை விட்டுச் சித்திரகூடம் செல்வோம், வாரீர். செம் பொன்னாலான சிமிழ்போன்ற கொங்கை என்ற வர்ணனையுடன் இராமன் திருப்தி பெறாமல், சீதையின் எதிரில் சீதையின் மறைவிடத்தின் மாண்பினை, அளவு, அமைப்பு, அழகு முதலியனவற்றை வர்ணிக்கிறார். என்மேல் கோபியாதீர், கம்பதாசர்களே! நானென்ன செய்வேன்? ஏட்டில் உள்ளதை நாட்டாருக்கு எடுத்துக் கூறுகிறேன்; நீங்கள் தானே கம்ப இராமாயணத்தைக் கல்லாத கசடரா அதுபற்றிக் கருத்துரை கூறுவது என்று கனல் கக்கினீர்.

இதோ, கம்ப இராமாயணத்திலே கற்றதைச் சாற்றுகிறேன், விழியில் புனல்சோர நில்லாதீர்.

'ஆசைக்கினியவளே! ஆரணங்கே! பச்சைக் கிளியே! பசும் பொற்பதுமையே!" என்ற சாதாரண மொழிகளைக் கேட்டிருப்பீர்கள். மனையாளின் மார்பக மாண்பினைக் கணவன்கூறக் கேட்டிருக்க மாட்டீர்கள். மனையாளின் மறைவிடத்தைப் பற்றி ஒரு மணாளன் மொழிந்திடக் கூடுமென்று எண்ணுவதே இழுக்கு என்று கூறுவீர். உண்மைதான். இந்த உலகிலே, மதபோதனைக்காக என்று மக்கள் கொண்டாடும் எந்தக் காவியத்திலும் காணமுடியாததைக் கம்பரசத்தில் காணலாம். அயோத்யா காண்டம், சித்திரகூடப் படலம், 31வது செய்யுள் அடியைச் சற்றே பாருங்கள். வனத்தின் வசீகரக் காட்சிகளைப் பிராட்டிக்குப் பெருமான் காட்டிவரும்போது, மங்கையின் மனமகிழ மலருகிறார், அங்கவர்ணனையை. அது இது:

பாந்தடேரிவை பழிபடப்
பரந்த பேர் அல்குல்

ஜானகிக்குத்தான்! கணவன் தரும் நற்சான்று! மிதிலை அரசிளங்குமரி, அயோத்தி இளவலின் அன்பு மனைவியின் அல்குலின், அளவு அமைப்புபற்றி, அரியின் அவதாரம் கூறுகிறாராம்,

பாந்தள் = பாம்பின் படமும், தேர்– தேர்த்தட்டும்

இவை – (ஆகிய) இவைகள்; பழிபட – உவமையாகாததால் பழிப்படைய; பரந்த – பரவிய, அகலமான; பேர் அல்குல் – பெரிய அல்குலை உடையவளே! பாபம்! இந்த வர்ணனையைக் கேட்ட ஜானகி, எவ்வளவு வேதனைப்பட்டார்களோ நானறியேன். கணவன் மனைவியிடம் பேசும் மொழிதானா இது? இதுதான் கலையா? இதுதான் பக்தி ரசமா? பாந்தள், தேர்த் தட்டு எனும் இவைகளும் தோற்கும்படியான பரவைப் பேர் அல்குல்பற்றிய பாடல் இல்லாவிட்டால், பகவானின் அவதார மகிமையைப் பக்தர்கள் ரசித்திட முடியாது என்றா கவி இதனை இவ்வளவு கவலையுடன் தீட்டினார், என்று கேட்கிறேன். இவ்விதமான கம்ப ரசத்தைப் பருகிக்களிப்பதா, கலைவாணரின் கடன்? எனக்குக் குமட்டுகிறது தோழர்களே – உங்களுக்கு எப்படியோ!

டோஸ் நெ. 6

“அண்ணனும் தொலைஞ்சானா?”

“ஏன் இப்படி அடிச்சு விரட்டணும், இப்போ வருத்தப்படணும்னேன்.”

“தம்பி பெண்ஜாதின்னு கொஞ்சமும் பார்க்காமே, கையைப் பிடிச்சு இழுத்தானே!”

“இது சகஜம்: எங்கும் சகஜம்.”

“ஏண்டி! சகஜமா? தம்பி பெண் ஜாதியைக் கையைப் பிடிச்சு இழுக்கிறது சகஜம்! சீ! மூதேவி! என்ன இருந்தாலுமே, இந்தப் புத்தி ஆகுமோ?”

நான் விளக்க வேண்டுமா, தமிழகம் முழுவதும், கேட்டுக் கேட்டுக் களித்துள்ள இவ் உரையாடல், யாராருக்கு நடந்தது என்பதை! நகைச்சுவை மன்னர்

N.S.கிருஷ்ணனும், நகைச்சுவை நளினி T.A. மதுரமும், திருநீலகண்டரிலே நடத்திய காமிக்கிலே ஒரு துண்டு, நான் மேலே காட்டி யிருப்பது! காமாந்தகாரன் ஒருவன், தம்பி மனைவியைத் தகாத செயலுக்கு இழுக்க, அடாது செய்தோனை, வீட்டை விட்டுத் தம்பி துரத்திவிட்டு, இப்படிப்பட்ட அக்ரமம் செய்தானே நமது அண்ணன் என்று ஆயாசப்படும்போது அந்த அம்மை, இது சகஜம் என்று சொன்னால், ஏன் கோபம் வராது? சீ! மூதேவி, என்று நகைமுகவதியைக் கூடத் திட்டத்தான் செய்யும். அதுபோல, சில புலவர்கள், கம்பன் காமக் கள்ளொழுக்கக் கடவுட் கதையை இயற்றியிருப்பது கலையாகுமா என்று நான் இடித்து இடித்துக் கேட்பதால் நொந்து, இது சகஜம், என்று வாதிடுகின்றனர். கவிகள் வர்ணனைகளில் பிரியங் கொண்டவர்கள்; ஆகவே, இப்படி

வர்ணனை செய்கிறார்கள் என்று காரணங் கூறுகின்றனர். இது வாதமாகுமா? தோழியர் T.A. மதுரம், தமது காமிக்கிலே, இது சகஜம் என்று கூறினதற்காவது ஒரு காரணங் காட்டினார்கள். பெண்ணோடு ஆணே பேசிடில் தனியே பேதபுத்தியாகுமே, என்று சொன்னார்கள். அதைப் போலவாவது ஒருவாதம்-ஒரு சமாதானம் ஒரு காரணம் நமது புலவர்கள் கூறலாகாதா, கம்பரின் காமக் கள் இப்படி வழிந்தோடுவதற்கு? காரணமுங் கூறாது கண்மூடி மௌனியாவோம் என்று தந்திரமாகவும் இருந்துவிடாது, செகவீரபாண்டியராக. இருக்கிறோம், நாம் செப்புகிறோம், செந்தமிழின் சுவை கம்பனின் கவிதையிலே சொட்டுகிறது என்று பேசுகிறார்கள். ஆபாச வர்ணனைகள் ஆகுமா? அதுவும், ஆண்டவனைப் பற்றிய பாரமார்த்திக போதனைக்குரிய, புண்ய சரிதமென்று கூறப்படுவதிலே இத்துணை காமக்காடி இருத்தலாகுமா என்று நான் கேட்டால், இது சகஜம், என்று அந்தப் புலவர்கள் பதில் கூறுகிறார்கள். எனக்குத் தோழர் N.S. கிருஷ்ணன் சொன்னதைப்போல 'சீ! மூதேவி, இது சகஜமா! என்ன இருந்தாலுமே, இந்தப் புத்தி ஆகுமோ?" என்று சொல்ல மனம் இடந்தரவில்லை நான் போற்றும் தமிழுக்கு அப்புலவர்கள் பாதுகாவலராக உள்ளனரே என்ற காரணத்தாலும், அவர்களிடம் எனக்குள்ள அன்பின் காரணத்தாலும். இது சகஜம் என்ற சமாதானத்தை எதற்கும் கூறுவது என்று ஆரம்பித்தால், இந்தப் பிரபஞ்சத்திலே எல்லா விதமான அக்ரமங்களும், ஆபாசங்களும், அநீதிகளும், தாராளமாகத் தாண்டவமாடலாம்; நீதி, சட்டம், வழக்குமன்றம், அரச அவை, ஒழுக்கம், முதலியவற்றினுக்கும் ஓய்வு தந்துவிடலாம்.

பெண்ணோடு ஆணே பேசிடில் தனியே பேதபுத்தி யாகுமே – என்று சொன்னதாவது ஓரளவுக்குப் பொருத்தமாக இருக்கும்! கம்பருக்குப் பேதபுத்தி, பெண் என்ற நினைப்பு வந்தாலே போதும், பரிபூரணமாக உண்டாகி விடுகிறது. பெண் என்ற நினைப்போ அவருக்கு வராமலிருப்பது துர்லபம்! ஆகவே, பேத புத்தி பரிபூரணமாக நிரம்பியிருக்கும் நிர்மல சொரூபியாகக் காட்சி அளிக்கிறார், கம்பநாட்டாழ்வார். அவருடைய திருவாக்கே பாராயணம் என்று கூறுவோரிடத்து, எனக்குக் கோபமில்லை. பரிதாபந்தான். அபின் தின்று பழகி விட்டவனுக்கு அது கிடைக்காத போது, அங்கமுழுதும் வேதனை உண்டாகுமாம். ஆளே இறந்துவிடுவானாம். அதுபோலக் கம்பரசத்தைப் பருகிப் பருகிக் காலங்கழித்த கண்ணியர்களுக்கு,

அது கிடைக்காத நிலைமை உண்டாகிவிட்டால், ஆவிசோரும் போலும்; அந்தோ, பரிதாபம்!

பத்துப் பாடலுக்கொரு முறையாவது பாவையரைப்பற்றிப் பாடித்தீருகிறார்; பாடும்போது, இராமனை மறந்து, அரியைக் கைவிட்டு, புண்யம், முக்தி முதலியவற்றை ஒரு புறத்தே ஒதுக்கி வைத்துவிட்டு, “பரிபூரணானந்தமே!” என்று தங்குதடையின்றி, வாரி வாரி வழங்குகிறார், காமப் போதையை! எதைக் கண்டாலும் பெண் சொரூபமாகவே அவருக்குத் தெரிகிறது. எந்தச் சந்தர்ப்பமாக இருந்தாலும், பெண்ணின் அங்கங்களின் நினைவு மனத்தைக் குடைகிறது; நெஞ்சிலே ஓர் விதமான நமைச்சல் உண்டாகி விடுகிறது; உடனே உதிருகிறது தோழர்களே, காமரசம்!

இராமருக்குப் பட்டாபிஷேகம் என்ற செய்தி கேட்டு அயோத்தி மக்கள் மகிழ்கின்றனர். அந்த மகிழ்ச்சியால் நகரை அலங்கரித்து, விழாப்போல் வித விதமான அலங்காரங்கள் செய்து கொண்டிருக்கின்றனர் மக்கள். வர்ணிக்கிறார் கம்பர். அயோத்தி மாளிகைகளிலே, வாழை, கமுகு, நடப்பட்டு முத்து மாலைகள் தோரணங்களாக அமைக்கப்பட்டு, பூர்ண கும்பம் அமைக்கப்பட்டிருக்கிற காட்சியைக் கவி கூறப் போந்தார். வாழையின் வளம், கமுகின் கவர்ச்சி, முத்துவடங்களின் ஒளி, பூர்ண கும்பத்தின் அழகு, ஆகியவற்றை வர்ணித்ததோடு, அந்தப் படலம் முடியவில்லை. வீட்டின் அழகு கூறி, பிறகு வீட்டிலுள்ள ஆடவர், அணங்குகளின் நினைப்பு நடவடிக்கைகளையும் பிறகு கூறுகிறார். ஆகவே, மங்கையரைப் பற்றிய வர்ணனைக்குத் தனி இடமும், இருக்கிறது. இருந்தாலும், வீட்டுக்குள்ளே போயல்லவா வனிதையரைப் பற்றிய பிரஸ்தாபத்தைப் பேசவேண்டும். கம்பருக்கு அதுவரை பொறுத்திருக்க முடியுமா! அவர் சாமான்யப் புலவரா, சமயத்துக் கேற்றபடி வர்ணிப்போம் என்று இருக்க? ஊரிலே காமாந்தகாரன் எவனையாவது கேலி செய்யவேண்டுமானால் சொல்வார்களல்லவா, அந்த ஆளா? அவன் கம்பத்துக்குச் சேலைகட்டி இருந்தால்கூட, கன்னியோ என்று எண்ணி அருகே போவான்,” என்று. அவன் கெட்டான், போங்கள்! நமது அரிகதா காவியக்காரராம் கம்பர் அவனைத் தோற்கடிக்கிறார். வீட்டின் முன்னால் கட்டப்பட்டிருந்த வாழை மாதரின் தொடையையும், கமுகு கன்னியரின் கழுத்தையும், முத்துமாலை மோகனச் சிரிப்புடன் காட்சிதரும் பாவையரின் பல்வரிசையையும், கவிக்கு நினைவிற்குக் கொண்டுவந்து விடுகின்றன.

அங்கு இங்கு எனாதபடி எங்கும் பிரகாசமாய் என்றும் – பார்க்குமிட மெங்கும் ஓர் நீக்கமற நிறைகின்ற பரிபூரணானந்தமே–என்றும், தூணிலும் இருப்பான், துரும்பிலும் இருப்பான் என்றும், கடவுளைப்பற்றித்தான் பலர் கூறக் கேட்டிருப்பீர்கள். கம்பருக்குப் பிரத்யட்ச தெய்வம், பிரதிஷ்டா மூர்த்தி, பெண். அந்த "சக்தி" மயமாகவே அவருடைய கண்களுக்குச் சகல பொருளும் தென்படுகின்றன! வாழையானாலென்ன, கமுகானாலென்ன! அவருக்கு, அவை யாவும் அரிவையரின் அங்கங்கள் போலவே, தெரிகின்றன. ஆமாம்! கவிதா கண்களா, காமக் கண்களா அந்த நிலையிலுள்ள நயனங்கள், என்பதுதான் என் கேள்வி. அயோத்தியா கண்டம், மந்தரை சூழ்ச்சிப் படலம், 30–வது பாடலைப் பாருங்கள்.

"மங்கையர் குறங்கென
வகுத்த வாழைக
ளங்கவர் கழுத்தெனக்
கமுக மார்ந்தன
தங்கொளி முறுவலிற்றாம
நான்றன.

பதப்பிரிப்பும், பொருள் உரையும் நடக்கட்டும் தோழர்களே, நான் பொய்யனா, மெய் உரைக்கின்றேனா என்பது தெரியும்.

அங்கு–அந்த அயோத்தியிலே,

மங்கையர் குறங்கென–மாதரது தொடைப் போல,

வாழைகள் – வாழைமரங்கள்,

வகுத்த – அமைக்கப்பட்டன.

அவர் கழுத்தென – அம்மங்கையரின் கழுத்துப் போல,

கமுகம்–பாக்கு மரங்கள்,

ஆர்ந்தன – நிறைந்தன.

தங்குஒளி முறுவலின் – (மங்கையரின்) நிறைந்த காந்தியை உடைய பல்வரிசை போல்,

தாமம் – முத்துமாலைகள்,

நான்றன– தொங்கின.

தோழர்களே! மாளிகையிலே உள்ள அலங்காரத்தை வர்ணிக்க ஆரம்பித்தவருக்கு, எதற்காக மாதரின் நினைவு

வரவேண்டும்? வாழைக்கு உவமை மாதரின் தொடையன்றி வேறு இல்லையா! பல்வளம் நிரம்பிய அயோத்தியிலே மட்டுமே, அவ்வளவு பெரிய உயரமான மாளிகைகளுக்கு ஏற்ற அளவு உயரமுள்ள வாழை கிடைக்க முடியும் என்று தீட்டித் திருப்தி பெறக் கூடாதா? கமுகும் வாழையும் கட்டப்பட்டிருந்தது கண்டு, ஊரா, சோலையா என்று சந்தேகம் உண்டாயிற்று என்று கூறி உள்ளங்களிக்கக் கூடாதா? வாழை, கமுகு, என்றதும் வார்குழலாரின் வர்ணனைக்கு ஓர் வாய்ப்புக் கிடைத்துவிட்டது என்று வரிந்து கட்டிக்கொண்டு எழுத்தாணியை ஓட்டுவதுதான், கலை போலும்!

"என்னப்பா, பரதா! மாதரின் தொடை, கழுத்து, பல்வரிசை ஆகியவற்றை மட்டுமேதானே உவமைக்குக் கம்பர் கூறினார், இதற்கு இத்தனை கோபமா, கண்டனமா?" என்று கேட்பீர்கள். அவசரப்படாதீர் அன்பர்களே! பாடலின் மூன்று அடிகள் மட்டுமே கூறியிருக்கிறேன். நாலாவது அடியிலே, அவர், காட்டுகிறார், தமது பிரத்யேகக் கவிதா ரசத்தை. கம்பரா, தொடை கழுத்தோடு, விட்டுவிடுவார்!

"கொங்கையினிரைத்தன
கனக கும்பமே"

என்று முடித்த பிறகுதான், பாடலும் பூர்த்தியாகிறது, கவியின் உள்ளமும் ஓரளவுக்குத் திருப்தி பெறுகிறது. மாளிகைகளிலே பூர்ண கும்பங்கள் அமைக்கப்பட்டிருந்தன, அவைகள் மங்கையரின் கொங்கைகள் போல் இருந்தனவாம்!

கொங்கையின்–(மாதரின்) தனங்கள் போல,

கனக கும்பம் – பொன் மயமான பூர்ண கும்பம்,

நிரைத்தன–வரிசையாய் அமைக்கப்பட்டன.

கனக கும்பம், என்று கவி கூறியதிலே ஒரு விசேஷம் உண்டு. கும்பம் இருந்த அமைப்பு மட்டுமல்ல, அவருக்குக் கொங்கையின் நினைவூட்டியதற்குக் காரணம். கனகம், அதாவது பொன் மயமான என்ற அடைமொழி தருகிறார், அதன் பொருள் என்ன? நிறம் தகதகவென இருக்கிறது; ஆகவே, கும்பத்தின் திரட்சியும், தகதகவென்ற நிறமும் சேர்ந்து, கவிக்குக் கன்னியரின் கொங்கையின் நினைவினைக் கொண்டு வருகிறது. தாராளமாக இருக்கட்டும் இத்தகைய நினைவுகள். ஆனால், இந்த இடத்திற்கு இந்த உவமை இல்லாவிட்டால், கவிதையின் இலட்சணம் கெடுமா, கலையின் நிலைகுலையுமா,

என்று புலவர்கள் யோசிக்க வேண்டுகிறேன். வேண்டுமென்றே வலிய, அவசியமற்ற இடத்திலே, இந்த அங்கவர்ணனை. புகுத்தப்பட்டிருப்பதன் கருத்து என்ன? கனகத்தால் கும்பம் அமைத்தது அயோத்தியின் செல்வத்தை விளக்கும். கும்பத்தைக் கண்டால் கன்னியரின் கொங்கையை நினைவூட்டுகிற நெஞ்சம் கம்பருக்கு உண்டானது அவரது கல்விச் செல்வத்தை விளக்குகிறதா காமச்சேற்றைக் காட்டுகிறதா என்று கேட்கிறேன். ஓய்வின்றி இதே வேலையா? ஓர் பெரிய வீரனின் வரலாற்றினை தேவனின் திருவிளையாடலை எழுதப்போந்தவருக்கு இது முறையா, என்று கேட்கிறேன்.

கம்ப இராமாயணம் ஒன்றைப் படித்தாலே போதுமே, அந்த மேலிடம், எப்படி எப்படி இருக்க வேண்டும், என்று அகில உலகுக்கும் அறிவிக்கலாம். ஈடு எதிர்ப்பு இருக்காது, குவிந்திருக்கும், கும்பம் போலிருக்கும், செப்புச் சிமிழ்போலிருக்கும், செவ்விளநீர் போலிருக்கும், இளமையானதாக இருக்கும், இறுக்கிய கச்சையை அறுத்துவிடுவதாக இருக்கும், என்று அடுக்கடுக்காகக் கூறலாம், கம்பனின் கவிதையிலிருந்து தொகுத்தால். கம்பர், அந்த மேலிட அமைப்புப்பற்றி ஓர் மேலான நூல் இயற்றினார் என்றால், சரி;

அந்த விஷயத்துக்கு அதுவே வேதம், என்று விளம்பினால், சரி, என்னலாம். வேதங்களின் முதல்வன், தேவ தேவனின் திரு அவதாரக் கதையிலேயா, இந்த உருண்டைக்கு, உன்னதமான கலைத்திறனை உரிமையாக்கிவிட வேண்டும்? முறையா, என்று கேட்கிறேன். என்மீது கோபித்து என்ன பயன், தோழர்களே? கிளறக் கிளற வருகிறது, வண்டி வண்டியாக கேளுங்கள், கவியின் திறமையை! மாதரின் மேலிடத்தை வர்ணித்ததோடு முற்றுப்புள்ளி வைக்காமல், எந்தெந்த வயதினருக்கு எவ்வெவ்வண்ணம் இருக்கும் என்ற அமைப்பு முறையைக்கூட “லோகசம்ரட்சணார்த்தம்”(!!) திருவாய் மலர்ந்தருளியிருக்கிறார். பருவத்திற்கேற்ற பாங்கு, இயற்கை! கருத்த கூந்தல் கன்னிப்பருவத்தில், நரைத்த கூந்தல் பாட்டிக்கு! பளபளப்பான பற்கள் பாவைக்கு, பாட்டிக்குப் பொக்கை வாய்! இவ்வித பருவபேதத்தை விளக்கும் சந்தர்ப்பம் கம்பருக்குக் கிடைக்கிறது. மாதர் – மங்கையர் எனும் இரு பருவத்தினரை, ஒரு பாடலில் வர்ணித்திருக்கிறார். அங்குதான் கொங்கை அவர்கட்கு எங்ஙனமிருக்கும் இவர்கட்கு எங்ஙனமிருக்கும் என்ற விளக்கத்தைத் தருகிறார். எந்தச் சந்தர்ப்பம் என்று கருதுகிறீர்கள்! சந்தர்ப்பத்தை சொன்னால், “சீ” என்பது தவிர வேறுசத்தம் உங்களிடமிருந்து பிறக்காது.

முடி தரிக்கவேண்டிய இராமன், கானகம் ஏகவேண்டி நேரிடுகிறது. புள் அழ, பூளை அழ, பூவையர் அழ, போர்க் களிறு அழ, கல்லுங் கரைந்ததாம், சோகத்தால், அத்தகைய சோகத்திலேதான் இந்தச் சொகுசு கலக்கிறார் கம்பர். "இராமனைக் காடேக விடோம். அவன் ஆரண்யம் சென்றால் நாங்கள் அயோத்தியில் இரோம்" என்று கூறிக்கொண்டு நகர மாந்தர்கள் இராமனைப் பின் தொடருகின்றனர். அன்றிரவு நகருக்கு வெளியே தங்குகின்றனர். அப்போது அங்கிருந்த மக்களின் நிலைமையைக் கம்பர் படம் பிடிக்கிறார். அழுத கண்கள், புழுதிபடிந்த ஆடை, துவண்ட உடல் ஆகியவற்றோடு முடியவில்லை படப்பிடிப்பு. காமிராவினால் 'குளோசப்' எடுக்கிறார் கம்பர்! எதனை? மாதர் படுத்திருப்பதை! கும்பமே குவி இள முலையாகக் கண்களுக்குத் தெரியுமே, கம்பருக்கு! அப்படிப்பட்டவர் 'குளோசப்' எடுப்பதென்றால், அதிலும் மாதர் படுத்திருக்கும் காட்சியைப் படம் பிடிப்பதென்றால், சொல்லவேண்டுமா! சரியான சான்ஸ்! செவிலித்தாயர் மீது இளமங்கையர் சாய்ந்து கொண்டு துயிலுகின்றனர்; இராமனைத் தொடர்ந்து செவிலித்தாயரும் வந்தனர், இளமங்கையரும் வந்தனர்! இரவு வந்ததும், செவிலி மீது சாய்ந்து இளமங்கையர் உறங்குகின்றனர்! இதோ, 'குளோசப்!'

அயோத்யா காண்டம், தைலமாட்டு படலம், 11வது பாடலைப் பாருங்கள். இந்தக் குளோசப்பிலே, செவிலித்தாயரின் தொடை மீது கன்னியர் (மணமாகா மகளிர்) அலுப்பின் மிகுதியால் அயர்ந்து தூங்குகின்றனர்; ஆடை நெகிழ்ந்து கிடக்கிறது. காமிரா ஜரூராக வேலைசெய்கிறது. இப்போது, ஏதோ சில சினிமாப் படங்களிலே, குளோசப் எடுப்பதுபற்றி, இதை எல்லாமா குளோசப் எடுப்பது என்று 'கிரிடிக்குகள்' குறை கூறுகின்றனர். கம்பனின் குளோசப்பைக் கண்டாலல்லவா தெரியும்!! அயர்ந்து நித்திரை செய்யும் மாதரின் மேலிடத்தைக் குளோசப் எடுத்துக் காட்டுவது மட்டுமல்ல, அதற்கு விளக்கமும் தருகிறார்;

செவிலித்தாயர், முதிர்ந்த பருவத்தினர், அவர்களின் மேலிடம் இதுபோலிருக்கும்; கன்னியருக்கு இவ்விதம் இருக்கும், என்று படப்பிடிப்பிலே காட்டிவிடுகிறார். படியுங்கள் பாடலை:

"பெரும்பகல் வருந்தினர்
பிறங்கு முலை தெங்கின்

குரும்பைகள் பொருஞ்செவிலி
மங்கையர் குறங்கி
லரும்பனைய கொங்கையயிலம்
பனையவுண்கட்
கரும்பனைய செஞ்சொனவில்
கன்னியர் துயின்றார்."

இப்பாடல் மூலம் கம்பர், செவிலித் தாயருக்குத் தனம் தெங்கின் குரும்பை போலிருக்கும், கன்னியருக்குத் தனம் தாமரை மலரின் அரும்பு போலிருக்கும், என்ற பருவத்திற்கேற்றபடி அந்த மேலிடம் இருக்கும் "பண்பாடு" தெரிவிக்கிறாரே தவிர, சோலையிலே கோசலைச் செல்வன் காடாளவா செல்லவேண்டும் என்று மக்கள் கூடிச் சோகித்தனரே, அதனையா தெரிவிக்கிறார் என்று கேட்கிறேன். அந்த மக்களின் மனத்துயரைத் தீட்டிக் காட்டவேண்டிய சமயத்திலே, ஏன் இந்த மேலிட விசாரம், விளக்கம், விவரம்! இது விவேகமா, என்று கேட்கிறேன். எவ்வளவு சோகமான கட்டம், அதிலே எவ்வளவு சாவதானமாக, சாமுத்ரிகா இலட்சண விளக்கம் நடக்கிறது பாருங்கள். துக்கத்தால் துவண்டு கிடக்கும் பெண்களைப் பற்றிப் பேசும் நேரத்தில் அவர்களின் மேலிடம், பருவத்திற்குப் பருவம் மாறி விளங்குவதைப் பாரீர், என்று பரிவுடன் கூறிடும் பாவாணர், கம்பரன்றி வேறு இல்லை! பொருளைப் பாருங்கள்:

பெரு பகல் வருந்தினர்–காலை முழுதும் இராமன் காடேக வேண்டுமாமே என்ற சொல்கேட்டு துக்கித்த;

கன்னியர் – இளம் பெண்கள்;

செவிலியர் குறங்கில் – தமது செவிலித் தாய்மார்களின் தொடையில்;

துயின்றார்–படுத்து உறங்கினர்.

இதுதான் விஷயம்! இதிலே, பாருங்கள், கம்பர், காம ரசத்தை எப்படிக் கலக்கிறார் என்பதனை.

கன்னியர் என்றால் போதாது என்று, அடைமொழிகள் சேர்க்கிறார். பாடலைப் பாருங்கள் ஒருமுறை.

கரும்பு அனையசெம்சொல் நவில் கன்னியர்– கரும்பை ஒத்த இனிய சொல் பேசும் கன்னியர்.

போதும், என்று நீங்கள் சொல்வீர்கள், நானும் சொல்வேன்.

கம்பர் பெண்களை அவ்வளவு இலேசாக விடமாட்டாரல்லவா! மற்றோர் அணிகலன் பூட்டுகிறார்; பாடலைப் பாருங்கள்.

அயில் அம்பு அனைய உண்கண் – கூரிய அம்பை யொத்த மை தீட்டப்பட்ட கண்களை உடையவர் அக்கன்னியர். அவர்களின் சொல், கரும்பு; கண், அம்பு!

"சொல்லும் கண்ணும் கிடக்கட்டும் சார்! அதைச் சொல்லுங்கோ, அதுதானே பிரதானம், அதை மறக்கலாமோ?" – என்று கம்பரின் கவிதா சக்தி அவரைத் தூண்டுகிறது. அவர், இனிச் சொல் போதாது என்று மேலிடம் தெரியும்படி குளோசப் எடுத்துக் காட்டுகிறார்!

அரும்பு அனைய கொங்கை–தாமரை மலரின் அரும்பை யொத்த தனங்கள் அக்கன்னியருக்கு! அம்பு விழி, கரும்புபோன்ற சொல், அரும்புபோன்ற தனம்! யாருக்கு? கன்னியருக்கு! காலை பூராவும் கதறி, இரவு அலுத்து உறங்கும் கன்னியர் தமது மேலிடம் கம்பரின் காமிராவுக்கு இரையாகுமென்று அவர்கள் கண்டார்களா, பாவம்!

போகட்டும், அரும்போடு அவர் அயர்ந்தாரா? கன்னியருக்கு இங்ஙனமிருக்கிறதே, செவிலிக்கு எங்ஙனமோ என்று காண, காமிராவை அப்பக்கமும் திருப்பினார்; படம் பிடித்தார்;

பிறங்குமுலை – விளங்கும் தனங்கள்

தெங்கின் குரும்பைகள் பொரும் – தென்னங் குரும்பைகளை யொத்திருந்தன. (யாருக்கு?)

செவிலி மங்கையர்– செவிலித் தாய்மார்களுக்கு.

இந்தக் குளோசப்பு முடிந்து கம்பரின் உச்சி குளிர்கிறது.

இடத்திற்கேற்ற, சம்பவத்துக்குப் பொருத்தமான, அவசியமுள்ள, அழகான, வர்ணனை, கலை இது தானா என்று கேட்கிறேன். எதற்காக இராமாயணம் படிக்கவேண்டும் என்று சொல்கிறார்கள்? சத்தியம் வெல்லும், அதர்மம் அழியும் என்ற உண்மையை உணர்ந்து உலகநாயகனின் அருளைப்பெற இராமாயண பாராயணம் அவசியமாகும்! உலகம் உய்யவே இந்த உத்தம சரிதத்தை நான் உரைக்கிறேன் என்று பாவாணர் பாயிரமுரைக்கிறார். ஆனால் உள்ளே இருப்பது என்ன? குரும்பை அளவிலே செவிலிக்கும், அரும்பு அளவிலே கன்னியருக்கும் மேலிடம் இருக்கும் என்ற விளக்கந்தானே!

கம்பரசம் 47

இதுதான் தேவகதையா! தேன் தமிழ் இதற்குத் தான் தத்தமா?

காமிரா குளோசப் மட்டுமல்ல, *(X Ray)* எக்ஸ்ரே கூட எடுக்கிறார் கம்பர்.

உடலுக்குள்ளே இருக்கும் உறுப்புகளின் நிலைமையையும் நிகழ்ச்சியையும் படம்பிடிக்க எக்ஸ்ரே எடுப்பார்கள். கம்பரும் எக்ஸ்ரே எடுக்கிறார்! எதை, எதற்கு, எப்போது?

மிதிலையில் ஜானகி, இராமன் சிவதனுசை ஒடித்தார், என்பதைக் கேள்விப்பட்டதும், நமது மனத்திற்கிசைந்தவனே மணாளனாக மார்க்கம் கிடைத்துவிட்டது, என்று மகிழ்கிற கட்டம். அங்கே கம்பர், எக்ஸ்ரே முறையிலே பாடல் அமைத்திருக்கிறார்.

நோய்களுக்குத் தகுந்தபடி, உடலுறுப்புகள் வளர்ந்தோ ஒடிந்தோ, மெலிந்தோ வீங்கியோ இருப்பது எக்ஸ்ரே மூலமாகத் தெரிந்துவிடும். உணர்ச்சிக்குத் தக்கபடியும் உறுப்புகள் ஒவ்வோர் விதமான நிலையை அடையும். அழுத கண் சிவந்திருக்கும், கடுஞ் சுரங்கண்டவனின் வாய் உலர்ந்திருக்கும், நடந்து அலுத்தவனின் கால் கடுக்கும், நமைச்சல் கொண்டவனின் உடலில் கீறல் இருக்கும். மகிழ்வான உணர்ச்சிக்கும், அதுபோலவே உறுப்புகள் பல்வேறு நிலைபெறும். புற உறுப்புகளை, காமிரா எடுக்கும்; எக்ஸ்ரே தான் உள் உறுப்புகளைப் படம் பிடிக்கும். கலையின் விளக்கமல்ல, விஞ்ஞான அரிச்சுவடி இது.

நான் எதனைக் கம்பரின் எக்ஸ்ரே என்று குறிப்பிடுகிறேன் என்றால், ஆடைக்குள் எங்கோ மறைந்து கிடக்கும் உறுப்பு என்ன நிலையில் இருந்தது என்பதை அந்த உத்தமர் உரைக்கிறார் ஓரிடத்தில்; அதைத்தான் சொல்கிறேன். பூரா எக்ஸ்ரே முறையல்ல; அதுபோன்றது என்னலாம். “களிப்பால் சீதையின் கண்கள் மலர்ந்தன; ஆனந்த பாஷ்பம் ஒழுகிற்று; மெய் சிலிர்த்தது. தாங்கொணாச் சந்தோஷத்தால் தேவிக்கு ஓர்வித மயக்கம் உண்டாயிற்று, சேடியர்மீது சாய்ந்தாள்” என்று வர்ணிக்கட்டும், இராமனே தனக்கு மணாளன் என்பது உறுதியானது கேட்டு உளம் பூரித்த சீதையின் உணர்ச்சியை விளக்க. கம்பன், அந்த அம்மையாரின் மறைவிடம், அந்த நேரத்திலே, அந்த நினைப்பாலே என்ன நிலை அடைந்தது என்பதையும் கூறிடத்தான் வேண்டுமா என்று கலா ரசிகர்களைக் கேட்கிறேன். இராமப் பிரபாவமோ, பிராட்டியாரின் பெருமையோ, அந்த மறைவிடத்தைப் பற்றிய

விளக்கமில்லாவிட்டால் பூர்த்தியாகாதா, என்று பக்தர்களைக் கேட்கிறேன். பாடலை உங்கட்குக் கூறுகிறேன், தீர்ப்பளியுங்கள் தோழர்களே!

"கோமுனியுடன் வருகொண்
டலென்றபின்
றாமரைக் கண்ணினானென்ற
தன்மையா
லாமவனே கொலென்றைய
நீங்கினாள்
வாம மேகலையிற வளர்ந்த
தல்குலே!"

தெரிகிறதா நடந்த விஷயம்? காட்சியை இதோ காணுங்கள்!

சேடி:– அம்மா, வில்லை ஒடித்தார்!

சீதை:– ஒடித்தது யாரடி?

சேடி:– அவர்தான், தேவி!

சீதை:–யாரடி? சொல் சீக்கிரம்!

சேடி:– சொன்னேனே அம்மா, அவர்தான் ஒடித்தார்.

சீதை:– அடி, என் நிலையைத் தெரிந்துகொள்ளாத பேதையே! அவர் என்றால், யாரடி? சொல்லடி சீக்கிரம்!

சேடி:– முனிவருடன் வந்தாரே...!

சீதை:– அந்தச் செந்தாமரைக் கண்ணன் தானா? என் ஐயனே தான்!

இந்த உரையாடல் நடக்கிறது, மிதிலை அந்தப் புரத்திலே. இராமனே வில்லை முறித்தவன், என்பது தெரிந்ததும் சீதைக்குச் சந்தேகம் நீங்கி, சஞ்சலம் ஒழிந்து சந்தோஷம் பிறக்கிறது. உடனே, "கலீர்" என்றோர் சத்தம் கேட்கிறது. சதங்கை ஒலியா? இல்லை. வளையலின் சத்தமா? தூ! அதையா கம்பர் பொருட்படுத்துவார்! கீழே விழுந்த மேகலையின் சத்தம்! மேகலை என்றால் பெண்ணின் மறைவிடத்தில் அணியும் அணிகலன். ஆனந்தத்தால் அல்குல் வளர, மேகலை அற்றுக் கீழே விழுந்ததாம், ஐயனின் பிராட்டிக்கு, சர்வலோக ரட்சகிக்கு!

கோமுனியுடன் – விசுவாமித்திரருடனே,

வருகொண்டல்–வந்த மேகம் போன்றவன்,

என்றபின்–என்று சேடி கூறியபின்,

தாமரைக் கண்ணினான்–செந்தாமரைக் கண்ணனான திருமாலைப் போன்றவன்,

என்ற தன்மையால்–என்றும் சொல்லிய வகையினால்,

ஆம்– ஆமாம்,

அவன் ஏ கொல்–அவன் தானோ,

என்ற ஐயம் –என்று (முன்பிருந்த) சந்தேகம்,

நீங்கினாள் – நீங்கினளாகிய சீதையின்,

வாமம் மேகலை–அழகான மேகலாபரணம்,

இற–அறுந்து கீழே விழும்படி,

அல்குல் வளர்ந்தது–மறைவிடம் (சந்தோஷத்தால்) வளர்ந்தது.

ஆடைக்குள்ளே, ஆனந்தத்தால் வளர்ந்த அல்குல் மான்மியம் கூறப்படாதிருந்தால் சம்பூர்ணமாகி இருக்காதுபோலும் சத்விஷயம்! மறைவிடத்தை அம்பலத்துக்கு அவர் அழைத்துவந்த இந்த அருந்திறனைத்தான் எக்ஸ்ரே என்றேன். ஆனந்தத்தால் மேகலை இற வளர்ந்த அந்த அல்குல், எப்படிப்பட்டது என்று முன்பே கவி கூறியிருப்பதை நினைவில் இருத்தத் தவறாதீர்கள். பாந்தள், தேர்த்தட்டு எனும் இவையே உவமைக்கு ஈடாகாதுபோன, பரவைப்பேர் அல்குல் பிராட்டியாருடையது! அது வளரவும் செய்தால் 'ஐயய்யே, ஐயய்யே' என்று மங்கம்மா படப் பாட்டுத் தோரணையிலே சொல்லுவதைத் தவிர வேறென்ன சொல்ல இருக்கிறது. சீதாப்பிராட்டியையே அவ்விதமான படம் பிடிக்கும் கம்பர், அயோத்தி நாட்டுச் சாதாரணப் பெண்களுக்குக் குரும்பை போலவும், அரும்பு போலவும் மேலிடம் இருந்ததென்பதைக் கூறினதிலே வியப்பில்லை. அம்மியும் குழவியும் ஆகாயத்திலே பறக்கிறதே, மற்றவையின் கதியைக் கூறவாவேண்டும்! சீதாப்பிராட்டியாரை இப்படி வர்ணித்தார் என்று சீறுமுன், சற்றே பாலகாண்டம், கார் முகப்படலம், 62ம் பாடலைப் படித்துவிடுங்கள்.

“அரசர்கள் அடப்பந் தாங்கினர் கம்பருக்கு! அவர் பெருமையை, அறிவிலீ, நீ அறியாய்!” என்று ஆர்ப்பரிக்கும் அரும் பெரும் புலவர்களை நான் அறிவேன். இத்தகைய காம ரசத்தைக் கவிதைக் கலயத்திலே பெய்து தரும் திருப்பணியிலே ஈடுபட்டிருந்த ஓர் கவிக்கு, அபாரமான செல்வாக்கு இருந்ததிலே ஆச்சரியமில்லை! அறுபதாண்டான அரசனுக்கு, அம்ச தூளிகா மஞ்சத்திலே, அர்த்த இராத்திரி வேளையிலே, அணங்குகளின் அங்கங்களை இவ்வளவு விளக்கமாக வர்ணிக்கும் கவிதைகள் கிடைக்கும்படிச் செய்தவருக்கு, அதிலும், படிக்கும்போதோ, படிக்கப் பக்கநின்று கேட்கும்போதோ, காமக்கூத்து என்று கேவலமாகப் பேசமுடியாதபடி, கடவுட்காதையிலே கலந்து தந்தவரை, காவலர் காத்ததிலும், போற்றியதிலும், கைலாகு கொடுத்ததிலும், ஆச்சரியமில்லை. “பூபோட்ட கிளாசிலே போடப்பா இரண்டரை” என்ற பாமரரின் பேச்சு இருக்கிறதே, அதுபோல, இராம காதையுடன் ‘சேரப்பா காமத்தை’ என்று, மன்னர்கள் கூறியோ கூறாமலோ, மகானுபாவர் கம்பர் பொழிந்திருக்கிறார் போக போதையை. ரசவல்லிகளையும் சரச மோகினிகளையும், ஆடலழகிகளையும், பாடலரசிகளையும், பதுமைகளையும், பஞ்சவர்ணக் கிளிகள் போல் வாரையும் பார்த்துப் பார்த்து, உடல் வேர்த்துப்போன பட்டத்தரசர்கள், படுக்கையறையிலே, கம்பரசத்திலே இரண்டோர் டோஸ் பருகினால் போதுமே! “பரிமள வல்லீ! பங்கஜாட்சீ! அங்கயற்கண்ணீ! அமிர்த பாஷிணீ! விளக்கொளி கண்ணைக் குத்துகிறது, வீணையின் நாதம் வேதனை தருகிறது, போதும் பாடல், உம்!” என்று கூறிக் களிக்கடல் புகவேண்டியது தானே பாக்கி! “கம்பனின் கவியே கவி, வாமம் மேகலை இற வளர்ந்தது அல்குலே,” என்று வாய்விட்டுக் கூறி, “ஏடி, வடிவழகி! விளக்கை இன்னமுங் குறைக்காமலா இருக்கிறாய்?” என்பதாகத்தானே அந்தப்புரம் இருக்கும். அந்தப்புர வாசிகள் கம்பனைப் புகழ்ந்தது அந்த முறையில்தான் என்று கருதுகிறேன்!

டோஸ் நெ. 7

இழவு வீட்டிலே பலர்கூடி அழுகிறார்கள். அங்கே பந்தலிலே பாகற்காய் தொங்குகிறது. அதைப் பார்த்த ஒருமாது, மற்றொருத்தியிடம் அழுகையுடன் அழுகையாக,

“பந்தலிலே பாவக்கா

பந்தலிலே பாவக்கா”

என்று சேதி கூறிவிட்டாள். அதைக் கேட்டுக் கருத்தைத் தெரிந்துகொண்ட அந்த நங்கை, அதே அழுகைப் பாட்டு மெட்டிலே,

“போகையிலே, பார்த்துக்குவோம்

போகையிலே பார்த்துக்குவோம்”

என்று, போகும்போது பறித்துக்கொள்ளலாம் என்று “பிளான்” கூறிவிட்டாள். வந்தது துக்கத்திலே கலந்துகொள்ள! அழுகைக்குப் பாட்டு!! அதிலே ஒரு திருட்டுக்குக் கூட்டு! அதுவும் பாட்டாகவே நடக்கிறது. இவ்வளவும் இழவு வீட்டிலே! இந்த இருவர் மட்டுந்தான் இப்படியா? இல்லை! வந்தவர்கள் பாகற்காய் பறிக்கப் பிளான் போட்டதை அவர்கள் பாடியதனால் கேட்டுத் தெரிந்துகொண்ட வீட்டுக்கார அம்மாள், “இதேது, இழவிலே கலந்துகொள்ளவந்து, பாவற்காயைப் பறித்துக்கொள்ள நினைக்கிறார்களே” என்று பயந்து ஒரு எச்சரிக்கை விடுத்தாள், அழு குரலிலேயே..

“அது விதைக்கல்லோ

விட்டிருக்கு,

அது விதைக்கல்லோ

விட்டிருக்கு”

என்று, வீட்டுக் குடையவள் கூறிவிட்டாள். ஆக மூவரும், அழுததுடன், தத்தம் மனத்திலே தோன்றியதையும் கூறிவிட்டனர். அந்த இழவு வீட்டுக்குச் சென்ற இரு அம்மைகள்,

எவ்வளவோ மேல் என்பேன். ஏன்? சோகத்தைக் காண, கம்பர், அயோத்தி மக்களுடன், அயோத்தியை அடுத்துள்ள ஓர் சோலைக்குச் செல்கிறார். அங்கு அவர் மக்களின் துக்கத்தைக் கண்டு வரவேண்டியதுதானே முறை! அவரோ அங்கு போயும், அந்த நேரத்திலும், நினைக்குந்தோறும் நினைக்குந்தோறும் நெக்குநெக்குருகும், அந்த மேலிட மறைவிட மேன்மையைத்தான் கண்டு கதறுகிறார்.

அழுகுரலுடன், பாகற்காயைப் பறிக்கத் திட்டமிட்ட திருமதிகள் போலவே, கம்பரும் சோகத்தோடு சோகமாகத் தமது காமக் கள்ளையும் கவிக் கலயத்திலே ஊற்றித் தருகிறார். அது, நமது அருமைக் கலாரசிகர்களுக்கு இனிக்கிறதாம்! சிலர், கலயத்திலே வீழ்ந்துள்ள ஈ, எறும்பினை எடுத்துவிட்டுப் பருகுகின்ற முறைபோல, அன்பர் T. K. சிதம்பரநாத முதலியார், சில திருத்தங்கள் செய்து பருகுவது மேல் என்கிறார். சிலர், "கண்ணை மூடிக்கொண்டு கலயத்தை உரிய வேண்டுமப்பா, அப்போதுதான் ரசம் பூரணமாக இருக்கும்" என்கின்றனர். நமக்கோ அந்தக் கலயம் இருக்கும் திக்கிலே போனாலே, திக்கு முக்காடிப் போகிறது, அதன் கெட்ட நாற்றம் பட்டதும்.

அழுத கண்களையும், சிந்திய மூக்கினையும், அவிழ்ந்த கூந்தலையும், சோர்ந்த முகங்களையும், காண வேண்டிய இடத்திலேயுங்கூட, கம்பர் சொர்ண கும்பமோ, சோகம் போக்கும் செவ்விளநீரோ, என்று மயங்கும் விதமான அமைப்புடன் விளங்கும், அந்த மேலிடத்தைக் கண்டு, போற்றித் திரு அந்தாதி பாடுகிறார்! புலமை இருக்கட்டும்; அது எந்தெந்த சமயத்துக்கு எதெது இருத்தல் வேண்டும் என்ற கட்டு திட்டத்தையும் மீறிடத்தான் வேண்டுமா, என்றுதான் நான் கேட்கிறேன்.

கம்பர், சோகமுற்றிருந்த அயோத்தி மக்களைச் சோலை சென்று "குளோசப்' எடுத்துக் காட்டுகையிலே, தெங்கின் குரும்பையோடு, அரும்பனைய மேலிடத்தைக் காட்டிவிட்டு, குழந்தைகள் தாயிடம் பாலுண்டு கொண்டு, மார்பினை நெருடிக் கொண்டிருந்தனவாம், அதையும் காட்ட மறக்கவில்லை. அயோத்யா காண்டம் தைலமாட்டு படலம் 13–ம் பாடல் கடைசி அடியைப் பாருமின்:

"மகவு முலைவருட இளமகளிர்கள் துயின்றார்–" என்ற பகுதி உளது. 15–ம் பாடலிலே பாருமின், "வம்பளவு கொங்கை" என்று கூறுகிறார். 16–ல் பாருமின், துயின்றுகொண்டிருந்த

மாதரின் மேலிடத்திலே புழுதி படிந்திருந்ததாம்; அதையும் கூறாது விடுக்க மனமின்றி, கம்பர்,

> "குங்கும மலைக்குளிர் பனிக்
> குழுமி யென்னத்
> துங்கமுலை யிற்றுகளூறச்
> சிலர் துயின்றார்"

என்று கூறுகிறார். பொருளைப் பாருங்கள்.

சிலர் = சில மாதர்கள்; குங்குமம் மலை = குங்குமப் பூ நிறைந்துள்ள மலையிலே; குளிர் பனி குழுமியென்ன = குளிர்ந்த பனி படிந்ததுபோல ; துங்கம் முலையில் = பருத்துள்ள தனங்களிலே; துகள்உற = புழுதிபடிந்திருக்க; துயின்றார் = தூங்கிக்கிடந்தனர்.

அந்த மாதர்கள், சுந்தர ராமன் சோபிதச் சீதையுடன், அரசு இழந்து ஆரண்யம் செல்கிறாரே, ஈரேழாண்டு எங்ஙனம் வதைவாரோ, என்று துக்கித்துக் கதறிக் களைத்துக் கண்மூடிட, கம்பரோ, இச்சமயம் தவறினால் மறுசமயம் வாய்ப்பதரிது என்று எண்ணி, தூங்கும் தையலரின் மேலிடத்திலே புழுதி படிந்திருப்பதைக் கூர்ந்து நோக்கி, ஆழ்ந்து சிந்தித்து, அதற்கோர் உவமையணியும் அமைத்து மகிழ்கிறார். இது பொருத்தமா என்று கேட்கிறேன். மேலிடத்திலே புழுதி படிந்திருந்ததைக் கூறாவிட்டால், சோக ரசம் பூரணமாகாதா என்று கேட்கிறேன். அந்தத் தைலமாட்டு படலத்திலே பலமுறை பாவையரின் மேலிட வர்ணனையிலே கம்பர் தமது புலமையைப் பூசி மகிழ்கிறார். பக்தியை, இத்தகைய வர்ணனை ஊட்டுமா, இச்சா சக்தியைக் கிளறுமா என்று நான் கேட்டால், கம்பதாசர்கள் கோபிக்கின்றனர். அன்பர்களே! அரி அவதாரமாம் ஸ்ரீராமச்சந்திர மூர்த்தியின் அரிய காதையினைப் படிப்பவரும், பக்கநின்று கேட்பவரும், இகத்திலே இன்பமெய்தி, பரத்திலே பரமனருள் பெறுவர் என்று பாகவத சிரோமணிகள் கூறுகின்றனர். புழுதி படிந்திருந்த மேலிடவர்ணனை இதற்கு அவசியமா என்று கேட்கிறேன். மார்பிலே மண் படிந்திருந்தது என்று சாதாரணமாகக் கூறிவிட்டு, கதைக்கு அவசியமான வேறு விஷயத்துக்குக் கவி உடனே சென்றிருக்கலாம். ஆனால் கம்பரின் நோக்கம், சமயம் கிடைத்தால் சரி, சமயம் கிடைக்காது என்றிருந்தால் அதனை வரவழைத்துக் கொண்டாவது, தமது பிரத்யேகச் சரக்கான, காமரசத்தைப் பொழியவேண்டும் என்பதுதான். எனவேதான் அவர், மாதரின் மார்பிலே புழுதி

படிந்தது என்பதைமட்டும் கூறாது, அந்தச் சமயத்திலும், மேலிடத்தின் அளவு, அமைப்பு, மினுமினுப்பு ஆகியவற்றையும் உடனிழைத்துக் கூறுகிறார். புழுதி படிந்திருந்த மேலிடம் சாமான்யமானதல்ல. துங்கமுலை! பெரிய மேலிடம்! அளவு இதுவாக இருக்கவேண்டும் என்பது, அரிகதா கவியின் மனப்பான்மை. துங்கமுலை என்று கூறிவிட்டால் போதுமா! எவ்வளவு பெரிய மேலிடம், என்ற சந்தேகம் ரசிகர்களுக்கு எழுமே! அதைப் போக்கவே, கம்பர், மலையினை அம்மாதரின் மேலிடத்துக்கு உவமை கூறுகிறார். அளவு இத்தன்மையதாக இருக்கவேண்டும் என்பதை விளக்க, மலையை உவமை கூறிவிட்டதோடு ஓய்ந்தாரா? இல்லை. பெரிதாக இருந்தால் மட்டும். போதுமா? பளபளப்பாக இருக்கவேண்டும்; அதனை உணர்த்தவே, குங்குமப்பூ நிறைந்த மலை என்று கூறுகிறார். ஆகவே மேலிட அளவு, அமைப்பு, மினுமினுப்பு எனும் திருமந்திரம் மூன்றும் உரைத்த பிறகே, திரு அவதாரக் கதை கூறினவருக்குத் திருப்தி உண்டாகிறது! எவ்வளவு காமுகராக இருப்பின், கதறிக் கிடந்த காரிகையரின் மேலிடத்தின் அளவையும் அமைப்பையும் மினுமினுப்பையும் கவனிக்கவும் கூறவும் மனப்பான்மை ஏற்பட்டிருக்கும் என்பதை எண்ணிப் பார்க்க வேண்டுகிறேன். இராமன் காடேகுவது கேட்டு, மண்டிலத்து மக்கள் மனம் உடைந்தனர் என்ற கருத்தை விளக்கப்போந்த கவி குங்கும மலைக்கு நிகர் துங்கமுலைபற்றி, ஆர்வத்தோடு பாடியுள்ள பாடலை ரசிகர்கள் படித்து, பக்திப் பிரபாவத்தைப் பெறுகிறார்களா, "குங்கும நிறம்; மலையின் அமைப்பு போன்றது அது. அத்தகைய மேலிடமன்றே மேலிடம்!" என்று எண்ணி ஏங்குவார்களா, என்பது எனக்குள்ள பல சந்தேகங்களிலே ஒன்று.

"சரி! பரதா! என்னமோ, அவருக்கு அந்த மேலிடவருணனை செய்வதென்றால் கொஞ்சம் குஷி. அதற்காக, அவரைப் பிடித்துக் குடைகிறாயே. விடு' என்று கூற நினைப்பீர்கள். தோழர்களே! மேலிடத்தோடு அவர் விட்டுவிட்டால், நானும் 'சரி தொலையட்டும்' சனியன் என்று இருந்துவிடுவேன். அவர், மேலிடத்தைக் கூறினதோடு, போதுமென்று இராமல் மறைவிடத்தையும் தமது நாவன்மைக்கு இறையாக்குகிறாரே, அது சரியா என்று கேட்கிறேன். எங்கே என்பீர்கள்? வாருங்கள், மீண்டும் அயோத்தியா புரிக்கு! அயோத்யாகாண்டம் நகர்நீங்கு படலத்தைப் படித்துவிட்டுக் கூறுமின், என் உரை பொய்யா, மெய்யா, என்பதை.

மலையிலே, நதிகள் உற்பத்தியாகும். வழியே வருகையில்,

வண்டலை அடித்துத் தள்ளிக்கொண்டு செல்லும். கடைசியில் ஆறு ஆழியில் சென்று சேரும். இயற்கையின் இந்த அமைப்பை, எத்தனையோ கவிதா விற்பன்னர்கள் கூறிடக் கேட்டிருப்பீர்கள். மிகச் சாதாரணக் காட்சியையும், தீட்டிடும் நேர்த்தித் திறத்தால், காண்போர் களித்து வியந்திடச் செய்யும் ஓவியக்காரனையும், மிகச் சாமான்யமான பாடலையும், குரலின் இனிமையாலும், உச்சரிப்பின் உயர்வாலும், கேட்போர் செவியும் சிந்தையும் குளிரப் பாடிடும் இசை வாணனையும் புகழ்வதுபோல, மிகமிகச் சாதாரணமான இயற்கை அமைப்பையோ, செயலையோ, தனது கவித்திறனால் அழகுற எடுத்துக்காட்டி, படிப்போரைப் பரவசமாக்கிடும் பாவாணரைப் போற்றாத புல்லனல்ல நான். என் மனம், உண்மையான கவிதையினால் உருகாதபடி, பிரத்யேகமாக அமைக்கப்பட்டதுமல்ல. எனவே, இயற்கையை எழிலுடன் வர்ணிக்கும் கவிகளை நான் போற்றத் தவறமாட்டேன். கம்பர், தமது திறமையை இத்துறையிலே காட்டிடும் இடங்கள் எனக்கு இன்ப மூட்டாமல் இருக்குமா! ஆனால் அந்த இயற்கையைக்கூட, ஏன் அப்புலவர் காமச் சுவைக்குக் கள்ளியாக்குகிறார் என்பதை எண்ணும் போதுதான் என் மனம் பதைக்கிறது. மலையினின்றும் உற்பத்தியாகும் அருவிபோல, கல்வியினின்றும் குணம் பிறக்கும் என்று கூறட்டும்; சூதிலிருந்து சதி பிறக்கும் என்று சொல்லட்டும். அவர் வாழ்த்தி வணங்கும் ஐயனெனும் குணக்குன்றினின்றும் அருளெனும் அருவி கிளம்பி, கைகேயி எனும் வண்டலை அடித்துத் தள்ளிவிட்டுச் சென்றது என்று கூறட்டும். ஆயிர மாயிரம் உவமைகள் கூறட்டும், எனக்கு அவைகளைப் படிக்க அட்டியில்லை ; அவர் புலமையைப் பாராட்டத் தடையில்லை. ஆனால் அவர், ஆறு மலையினின்றும் கிளம்பி, கடலில் சேரும் விஷயத்தை எதற்கு உவமையாக்கினார் என்பதைக் கலா ரசிகர்கள் சற்றே சிந்திக்க வேண்டுகிறேன். எவ்வளவு ஆபாசமான முறையினை அவர் கையாண்டுள்ளார் என்பது அப்போது விளங்கும்.

மிகைபடக் கூறலும், உவமைக்குப் பல பொருளை எடுத்துக்கொள்வதும், கவிகளின் உரிமை என்பதும், அந்த உரிமையை அவர்கள் உபயோகிப்பது உலகினருக்கு. உவகைதரவே என்பதும் நான் அறியாததல்ல. கம்பர், மிகைபடக் கூறுவதை விளக்கும் பாடல்கள் ஆயிரம் உண்டு. நான் அவற்றினைக் குறை கூறவில்லை. அயோத்தி மக்கள், இராமர் காடுசெல்ல வேண்டுமாமே என்று கூறினர், கதறினர், பூவையரும் பூனையும் அழுதன, என்று கூறினார். “பூனை ஏன் அழுதது புலவரே?” என்று நான் கேட்கவில்லை. சோகத்தைத்

தீட்ட கவி மிகைபடக் கூறினார், அது அவர் உரிமை என்று எண்ணினேன். மற்றோர் இடத்திலே, அயோத்தி மக்களின் கண்ணீர், ஆறெனப்பெருகி, வீதியெல்லாம் வழிந்தோட, தேரோடும் வீதியின் புழுதி வண்டலாக, அந்ததிகளிலே படிந்தது என்று பாடுகிறார். கண்ணீராவது ஆறாகி ஓடுவதாவது, என்று நான் கடிந்துரைத்தேனில்லை. மிகைப்படக் கூறல் இது, சரி, என்று விடுத்தேன். ஆனால், இனி நான் கூறப் போகும் இந்த எடுத்துக்காட்டை மானத்திலும் நாகரிகத்திலும், தூய்மையிலும் ஒழுக்கத்திலும், உண்மைக் கலையிலும், கடவுட் கொள்கையிலும் பற்றுக்கொண்ட யார்தான் பொறுத்திருக்க முடியும் என்று யோசித்துப் பாருங்கள்.

மாதர் அழுதனர்; கண்களினின்றும் நீர் அருவியெனக் கிளம்பிற்று. இதனை வர்ணிக்கிறார் கவி, மலையினின்றும் கிளம்பும் மாநதிகள் அலைகடலில் போய்ச் சேரும் இயற்கை முறையை இணைத்து. எவ்வண்ணம்? தமது வாய்வண்ணம் முழுத் திறமையுடன் துலங்கும் விதத்திலே! கம்பரெனும் கவிக்குன்றிலிருந்து கிளம்புகிறதய்யா, காமரசமெனும் ஆபாச அருவி! காண்மின் அதனை. ஏடு தூக்குமின்! அயோத்யாகாண்டம், நகர் நீங்கு படலம், 184ம் பாடலைப் பாருமின்; பக்கத்திலே எவரேனும் கம்பதாசர் இருப்பின், கேட்டுப்பாருமின், இதுதானா, கம்பரசம், என்று!

“திடிருடைக் குங்குமச்
சேறுஞ்சாந்தமு
மிடையிடை வண்ட
லிட்டார மீர்த்தன
மிடைமுலைக்கு வடொரீஇ
மேகலைத்தடங்
கடலிடைப் புகுந்த கட்
கலுழியாறரோ”

கவி, விவரிக்க எடுத்துக்கொண்ட விஷயம், காரிகையரின் கண்ணீர் பெருகியதுபற்றி, என்பது கவனமிருக்கட்டும் தோழர்களே! இனிப் பத உரை செய்யுங்கள்.

கட்கலுழியாறரோ, என்னும் கவித் தொடரைப் பிரியுங்கள். கண் கலுழி ஆறு, அரோ—என்று பதம் பிரியும். இதிலே,

அரோ என்பது அசை! அசைமட்டு மல்ல, என்பேன். என்ன சொல்வது என்று தெரியாமல், தன்னை மறந்த கம்பர், வியந்து

கூவிய சத்தம், அந்த "அரோ!" என்ன அவ்வளவு வியப்புக்குரிய விஷயம் என்று கேட்பீர்கள். பொருளைப் பாருங்கள், புலவர் பரவசமாகி, "அரோ" என்று ஆனந்தக் கூச்சலிட்ட காரணம் விளங்கும்.

கண் கலுழி ஆறு–கண்களினின்றும் புறப்பட்ட கலங்கல் நீராகிய நதிகள்;

திடர் உடை குங்குமம் சேறுஉம் – மிகுதியான குங்குமக் குழம்பும்;

சாந்தம் உம்– சிவந்த சாந்தினையும்;

இடை இடை – நடு நடுவே;

வண்டல் இட்டு– சேறாகப் பொருந்தப்பெற்று;

ஆரம் ஈர்த்தன – மாதருடைய முத்துமாலையை இழுத்தன.

முதலிரண்டு அடி முடிந்தது. மற்ற இரண்டடிக்குப் போகுமுன், கருத்தைக் கவனியுங்கள். அருவி போலக் கிளம்புகிறது நீர் கண்ணினின்றும். அந்தக் கட்கலுழி ஆறு, மாதரின் மேலே பூசப்பட்டுள்ள குங்குமம், சாந்து ஆகிய வாசனைப் பூச்சுகளை அடித்துக்கொண்டு, அந்த வண்டலோடு, அவர்கள் அணிந்துள்ள முத்துமாலைகளை அறுத்துக்கொண்டு செல்கின்றன!! "ஆஹா! எவ்வளவு புலமை! என்ன இனிமை! செவிச்சுவை யில்லாதோனே! இந்தக் காவியத்தைக் கொளுத்த வேண்டும் என்று கூறுகிறாயே, கட்கலுழி ஆறு, குங்குமம், சாந்து ஆகிய வண்டலை அடித்துக்கொண்டு, முத்துமாலைகளை இழுத்துக்கொண்டு செல்கிறது என்று செந்தமிழில் கம்பர் செப்பின திறத்தைப் பார், பார், பார்!" என்று "ரசனைப்" பிரியர்கள் கூறுவர். "ஸ்வாமிகளே! கொஞ்சம் பொறும், ஆற்று வேகத்திலே போகவேண்டாம். மற்ற இரண்டு அடிகளையும் கொஞ்சம் பாரும்," என்று அவர்கட்குக் கூறிவிட்டு, மூன்று, நான்காவது, அடிகளுக்குப் பொருள் கூறுகிறேன். கட்கலுழி ஆறு, குங்கும வண்டலோடு, எங்கே சென்றது? மூன்றாவது அடி யைப் பதம் பிரியுங்கள். மிடைமுலை குவடு ஓரீஇ– நெருங்கிய தனங்களாகிய மலைச் சிகரங்களினின்று நீங்கி! புலனாகிறதா, கம்பரசம்? வந்துவிட்டார் பாருங்கள், அவருடைய பிரத்யேகத் திறமைக்கு கண்ணீராகிய ஆறு, மலையாகிய முலைகளிலே ஏறி இறங்கிற்றாம்! மலைபோன்றது மட்டுமல்ல மேலிடம்; நெருங்கிய மேலிடம். அந்த இரு மலைகளுக்கிடையே கணவாய் அதிக பெரிதல்ல!! சரி! இந்த ஆபாசத்தோடு விட்டாரா? என்ன கேள்வியப்பர. கேட்பது! ஆறு, நடுவிலே நின்றாவிடும்?

கண்ணிலிருந்து புறப்பட்டது, கலவையை வண்டலாக அடித்துக்கொண்டு சென்றது, மேலிடமாகிய மலைகளைக் கடந்து, கடலிலே கலக்க வேண்டாமோ? இதோ, கவி, கலக்க வைக்கிறார். படியுங்கள். மேகலைத் தடங்கலிடைப் புகுந்தது— மேகலாபரணம் தரிக்கப்பட்டிருந்த அல்குல் எனும் கடலில் புகுந்தது!

பாடுங்கள் ரசிகர்களே, பாடுங்கள்; ரகுபதி ராகவ ராஜாராம், பாடுங்கள். பக்திப்பிரபாவம் பரிபூரணமாக இந்நேரம் உண்டாகிவிடுமே. அந்தக் கட்கலுழி ஆறு, மிடை முலைக் குவட்டைத் தாண்டி, தடங்கலிடைப் புகுந்தது என்ற புண்ய கதையைக் கேட்டபின்!! தோழர்களே! சுருக்க உரை என்ன தெரியுமோ இச் செய்யுளுக்கு? கண்ணினின்றும் வழிந்த நீர், மேலிடத்திலே புரண்டு, மாதரின் மறைவிடத்திலே புகுந்தது! இதுதானா கலை, என்று கேட்கிறேன். மேகலைத் தடங் கடலையும், மிடை முலைக் குவட்டையும் பாடவா, கம்பருக்குச் சடையப்பவள்ளல் சகல சம்பத்தும் தந்தார் என்று கேட்கிறேன்! எந்தப் புலவனாவது கடவுட் கதையிலே, கட்கலுழி ஆறு, மேகலைத் தடங்கடலிடைப் புகுந்ததைப் பாடினானா? இந்தப் பூணாரம்பூண்ட புதுமைதனைக் கண்டதுண்டா? புலமையின் வேலை இது தானா? மாதரின் கண்ணீர், மறைவிடத்திலே புகுந்தது என்று கவி பாடியிராவிட்டால், பக்தி ரசம், மக்கள் மனத்திலே புகாதா என்று கேட்கிறேன். பரிதாபம்! அந்த அயோத்தி நாட்டுப் பாவையர், தமது கண்ணீரை ஒரு கவி இங்ஙனம் சித்திரித்து எழுதியிருப்பார் என்று தெரிந்திருந்தால், ஆயிரம் இராமர்கள் ஆரண்யம் போனாலும், அழுதிருக்கமாட்டார்களே!

தோழர்களே! என்குலை நடுங்குகிறது, இந்நாட்டுக்கு இதுதான் கலை என்று கூற. வாமமேகலை இற வளர்வதும், ஒளி புறத்தளிப்பதும், தடங்கடலிடைக் கட்கலுழி புகுவதும், தேவகதையின் முக்யாம்சமா? கலையின் உச்சமா? புலமைக்கு இதுதான் அத்தாட்சியா? புண்ணியத்துக்கு இதுதான் ஏடா? புகலட்டும் புலவரும் பக்தரும். கதை, எந்த இனத்தைப் பற்றியதாக இருந்தால் என்ன, கலையைக் கவனி என்று கூறும் அன்பர்களிடம் கேளுங்கள்: இத்தகைய கம்ப "ரசம்", கடவுட் கொள்கையையோ, கலை உணர்வையோ தருமா, அன்றி 'தொந்திசரிய மயிரே வெளிர நிறைதந்த மசைய உடலே' படைத்த தொண்டு கிழமானாலும், 'அருக்குமங்கையர் மலரடி தடவியும் கருத்தறிந்த பின், பலபல புரியவும்' மனமயக்கத்தை ஊட்டுமா என்று.

டோஸ் நெ. 8

எனக்கு ஒரு விதத்திலே சந்தோஷம் தோழர்களே! என்ன தெரியுமோ? கம்பர், இராமகதையை எழுதினாரே, மற்ற பல கடவுட் கதைகளை எடுத்தெழுதாமல், இதை எழுதினாரே, என்பதிலே ஒரு திருப்தி. இராமகதையிலே கம்பர், கவிதையின் பெயரால் காமக் கள்ளைப் பொழிகிறார்; வேறுசில கடவுட் கதைகளை எடுத்து எழுதியிருப்பின், ஐயகோ! அந்த ஆபாசம் அலைகடலென ஒலித்திருக்கும்! எனது எழுதுகோல்,"இதை நான் தீட்டேன், தீட்டேன்" என்று ஓலமிட்டிருக்கும். உண்மையிலேயே, இந்தக் காதையிலேயே இவ்வளவு காமரசத்தைக் கலக்கும் கம்பர், அந்தக் கோபாலகிருஷ்ணன் ஜலக்கிரீடை செய்துகொண்டிருந்த கோபிகா ஸ்திரீகளின் ஆடைகளைக் கவர்ந்து, புன்னை மரத்திலே கிளைக்குக் கிளை தொங்கவிட்டு, மோகனப் புன்னகை ததும்ப, புல்லாங்குழல் ஊதி, பூவையர், "கண்ணா! மணிவண்ணா!" என்று கதறியபோது, கைகூப்பித் தொழுதால் ஆடை தருவேன் என்று சொல்லிட, நிர்வாணமாக ஜலத்திலே நின்று கொண்டு, நீரால் தமது மானத்தை ஒருவாறு காத்துக் கொண்டிருந்த மங்கையர், "எங்ஙனம், கைகூப்பித் தொழுவோம்? இலஜ்ஜையாக இருக்கிறதே; ஆடைகளைக் கொடுத்துவிடு, ஆயிரம் முறை தொழுகிறோம் என்று வேண்டிட, முரளீதரன், " முடியாது! இப்போ துள்ள நிலையிலேயே தான் என்னைக் கும்பிடவேண்டும்" என்று கட்டளை பிறப்பித்தான் என்று கடவுட்கதை இருக்கிறதல்லவா? அதனைக் கம்பர் எழுதியிருந்தால், நமது கலாரசிகர்கள் அந்த ஏடு உள்ள வீடெல்லாம், கலைமணம் கமழுகிறதெனக் கூறும்படியான அளவு, ரசம் சொட்டச் சொட்டச் செய்யுள் இயற்றியிருப்பாரல்லவா? ஆனந்தத்தால் "வாமமேகலை இறவளர்ந்த அல்குலை' ஆடைக்குள்ளே இருக்கையிலேயே கண்ட கலைவாணருக்கு, தடாகத்திலே தையலர் நிர்வாணமாக

நின்று, இருகை கூப்பித் தொழுதனர் என்ற காட்சியைக் கவிதையாக இயற்றும் 'சான்ஸ்' கிடைத்திருந்தால், என்னென்ன கூறி இருப்பாரோ, எப்படி எப்படி வர்ணித்திருப்பாரோ, எதை எதை எவ்வண்ணம் எவ்வண்ணம் இருந்தது என்று கூறியிருப்பாரோ, என்னால் நினைத்துப் பார்க்கவும் முடியவில்லை!! தெங்கின் குரும்பை, தாமரையின் அரும்பு, என்ற பருவத்திற்கேற்ற அமைப்பு இருந்ததைக் கூறிய பாவாணருக்கு, நிர்வாண நங்கையரைப் படம் பிடிக்க, "குளோசப்' எடுக்கச் சந்தர்ப்பம் கிடைத்திருந்தால், சும்மாவா செய்யுள் இயற்றியிருப்பார்! பாரதம் பூராவுக்கும் வில்லிபுத்தூரார் எத்தனை பாக்கள் இயற்றினாரோ, அவ்வளவும், இந்த ஒரு ஜலக்கிரீடைப் படலத்துக்கே போதாது! கம்பருக்குத்தான், "அந்தச் சேதி"யைக் கூறுவதிலே, அலுப்பு, களைப்பு, சலிப்பு, ஏற்படுவதே இல்லையே! சந்தோஷமோ, சஞ்சலமோ, ஆனந்தமோ, அழுகையோ, எந்தச் சமயமாக இருந்தாலும் சரியே, மாதர் என்ற நினைப்பு வந்தால் போதும், அவருடைய புலமை மலர்ந்து விடுகிறது! மிதிலையிலே மகிழ்ச்சியினால், மாதர் யாவரும் லோகமாதாவெனப் போற்றிக் கும்பிட வேண்டிய சீதேவியின் திரு அவதாரமாம் சீதையின் மறைவிடம் அடைந்த நிலையைக் கூறினாரே, அத்தோடு, தொலையட்டும் பீடை என்று இருந்து விட்டாரா? எப்படி இருப்பார்? போதை குறைந்ததும் "போடு இன்னம் ஒரு கிளாஸ்" என்று கேட்கும் குடிகாரன்போல, மறுபடியும் அந்த மகாத்மீயத்தை உரைக்க எப்போது சான்ஸ் கிடைக்கும், கிடைக்கும் என்று காத்துக்கொண்டே இருக்கிறார். சான்ஸ் கிடைத்ததும், சரமாரியாகப் பொழிகிறார், அவருக்குச் சம்பூரணமாகத் தெரிந்த அந்தக் காமக் கசுமாலத்தை! வேறு யாரேனும், வேறு எந்தக் கதையிலேனும், கம்பர் கலந்திருக்கும் காம ஆபாசக் காடியிலே நூற்றிலோர் பங்கு கலந்து கவிபாடினாலும், கலா ரசிகர்களும் பக்தர்களும் கடிந்துரைத்திருப்பர். கடவுட் கதை என்ற கவசம் இருக்கவே, கம்பனின் காமச்சேற்றுக்கு லைசென்ஸ் கிடைத்து விட்டது, குடி வகைக்கும் கூத்திச் சேட்டைக்குங்கூட லைசென்சுகள் கிடைப்பது போல! தேவனின் திருக்கதை என்ற திரையிட்டுக் கம்பர் தீட்டியிருப்பது, ஓர் போகபூமியைத்தான், புண்ய பூமியையல்ல!! நான் கூறுவது கேட்டுக் கோபமுறும் பக்தர்களோ, ஏடு ஏந்துவோரோ, இவ்வளவு ஆபாசத்தை ஆண்டவன் திருக்கதை என்பதிலே, வேறு எந்தப் புலவனாவது, எந்த மொழியிலாவது கூறியிருக்கிறானா, என்பதை யோசித்துப் பார்க்க வேண்டுகிறேன்.

சாதாரணக் கதையிலுங்கூட கம்பர் கொட்டியிருப்பது போன்ற காமரசத்தை வேறு புலவர்கள் கொட்டக் கூசுவர். மெல்லிய தூசு அணிந்த அணங்குகளின் மறைவிடத்தை வேண்டுமென்றே வெளிப்படுத்த தமது "வித்வத்துவத்தை" விரயம் செய்கிறாரே கம்பர்.

ஓர் மங்கை ஆடையை அகற்றிவிட்டு, நிர்வாணமாக, ஊரை வலம் வரவேண்டிய நிலைமையைக் கவிதையாக இயற்றும் நிர்ப்பந்தம் ஓர் ஆங்கிலக் கவிக்கு ஏற்பட்டது. அவர், எவ்வளவு "நாசுக்காக" ஆபாசமின்றி, அருவருக்கத்தக்க முறையின்றி, கவிதை இயற்றியுள்ளார் என்பதனைக் கூறுகிறேன். கம்ப சித்திரங்களைப் பிரதிஷ்டை செய்து பூஜிக்கும் கலா ரசிகர்கள், சற்றே சிந்தனையைச் செலவிட வேண்டுகிறேன். இதோ, அந்தச் செய்யுள்பற்றிய விவரம்.

இங்கிலாந்திலே கவண்ட்ரீ என்ற வட்டாரத்துக்குப் பிரபு ஒருவன் – பன்னெடுங் காலத்துக்கு முன்பு– மிக்க கடினசித்தம் படைத்தவன். தன் குடிகளுக்கு வரிமேல் வரி விதித்தான். மக்கள் தாங்க முடியாத ஒரு வரியைக் கடைசியாகச் சுமத்தினான். கோவெனக் கதறினர் மக்கள். அவனோ மாளிகையிலே, தனது நாய்களுடன் விளையாடிக்கொண்டிருந்தான். நாயுடன் விளையாடிக்கொண்டு மக்களை வதைத்து வந்த அவனுக்கு வாழ்க்கைப்பட்டிருந்த வனிதையின் பெயர் காடிவா என்பதாகும். கதறும் மக்கள் சார்பாகக் கனிந்த உள்ளங்கொண்ட காடிவா, கணவனிடம் தூது சென்று முறையிட்டாள்.

"மக்கள் கதறுகின்றனர், நாதா !"

"கதறுகிறார்களா ? இதோ பார், இந்தக் கருப்பு நாய், ஆண் ஜதையுடன் விளையாடுவதை."

"நாதா தாங்கள் புதிதாக விதித்திருக்கும் வரியைக் கட்டமுடியாதாம். குழந்தை குட்டிகளோடு கோவென அழுகிறார்கள். இந்த வரி செலுத்தித் தீர வேண்டுமென்றால், மக்கள் மாள்வார்களாம்."

"மக்கள்–மக்கள் ! அதேதானா பேச்சு ? அவர்கள் பொருட்டு நீ ஏன் வீணாக அலைச்சல்படுகிறாய் ? உன் சிறு விரலும் அவர் பொருட்டு வாடவிடாதே."

அவர்கள் படும் கஷ்டத்தைக் கண்ட பிறகு, அவர்களுக்காக எதை வேண்டுமானாலும் செய்து அவர்களைக் கஷ்டத்திலிருந்து மீட்க என்மனம் துணிகிறது."

மனைவியின் இந்த முறையீட்டைக் கேட்ட அந்த மமதைக்காரன் என்ன சொன்னான்?

"அவர் பொருட்டு ஏதும் செய்யவல்லையோ?"

"ஆம்! எதுவுஞ் செய்யத் தயார்."

"அப்படியா? நீ, நிர்வாணமாகக் குதிரை மீதமர்ந்து இந்த ஊரைச் சுற்றிவந்தால், வரியைத் தள்ளி விடுகிறேன்."

கயமைக் குணங்கொண்டவனின் இந்த மொழி கேட்ட மாது, மனம் புழுங்கினாள். ஆனால், மக்களை நினைத்தாள். சரி! நிர்வாணமாக ஊரைச்சுற்றி வந்தேனும், மக்களுக்கு நிவாரணம் உண்டாக வழிதேடுவது என்று தீர்மானித்து விட்டாள். சேதியை முரசறைவித்தாள். நிர்வாணமானாள். குதிரைமீது அமர்ந்தாள். ஊரைவலம் வந்தாள். வரியும் தொலைந்தது. மக்களின் வேதனையும் ஒழிந்தது. இதுதான் கதை. இதனை ஆங்கிலக் கவி, டெனிசன் பாடியிருக்கிறார், காடிவா என்ற தலைப்பிலே! கம்பதாசர்கள் ஒரு முறை அக்கவிதையைக் காண வேண்டுகிறேன். நிர்வாண கோலத்தைக் கவி எவ்வளவு நாசுக்காகக் கூறுகிறார், என்பது தெரியும். ஆடையைக் களைகிறாள், ஆடை நெகிழ்கிறது; அதனைக் கவி சித்திரிக்கையில் கூறுகிறார் :

> Unclasped the wedded
>   Eagles of her belt
> The grim earl's gift;
>
>   * * *
>
> She linger'd looking
>   Like summer moon
> Half-dipt in cloud.

"இரும்பனைய நெஞ்சுடையோன் பரிசளித்த இடையணியைக் களைந்தாள். கணமொன்று கவலை கொண்டாள். முகில் சிறிது மூடிய முழுமதிபோல் நின்றாள் என்ற கருத்துப்பட, மங்கை நிர்வாணமாவதை, ஆடை களைவதைக் கூறுகிறார் கவி. நிர்வாணமான பிறகு குதிரை மீதமர்ந்து மங்கை சென்றதைக் கூறுகையில், டெனிசன், கற்பெனும் ஆடைபூண்ட காரிகை, குதிரை மீதேறிச் சென்றாள், என்ற கருத்துப்பட,

கம்பரசம்

> Then she rode forth,
> clothed on with chastity.

என்று கூறுகிறார். ஓர் உத்தமி நிர்வாணமாக, ஊரை வலம் வந்த கதையை, ஓர் கவி-கலைவல்லவர் ஆங்கிலர் மட்டுமேயன்றி, அவனியில் வேறு நாட்டினரும் வியந்திடும் அளவு புலமை கொண்ட டெனிசன், இவ்வளவு நாகரிகமாக நாசுக்காகப் பாடியிருக்கிறார். இதனால், ஆங்கில நாட்டிலே கலைவளம் குன்றிவிடவில்லை, கவிதா ஊற்று வரண்டுவிடவில்லை. "பாவம்" பாழாகி விடவில்லை, புலமை புகைந்து போக வில்லை, மொழிவளம் கெட்டுப்போக வில்லை. இவ் வண்ணம் பாடினதால், டெனிசனைக் கவிதா விற்பன்னர் பட்டியிலே சேர்க்கலாகாதென்று கூறும் மட்டியும் எவரும் இல்லை. தோழர்களே!

கம்பர் இராம காதையிலே கொட்டியிருக்கும் காமரசத்தைக் காண்போர், கம்பரிடம் மட்டும் ஆடை களைந்து அசுவமேறி ஊர் உலவிய உத்தமியின் கதையைப் பாடிட "கண்டிராக்டு" விட்டிருந்தால், எவ்வளவு மலை மலையான ஆபாசத்தை அழகழகாகப் பாடியிருப்பார், என்பதைச் சற்றே சிந்தித்துப் பாருங்கள்! பிராட்டியின் உருவையே, நிர்வாணமாக்கிக் காட்டிடும் பெரும் புலவரின் கவிதைத் திறத்திடம், நிர்வாண நங்கை சிக்கியிருந்திருப்பின் என்ன நேரிட்டிருக்கும், என்பதை நினைக்கும்போதே நடுக்கம் பிறக்கிறது. டெனிசன் அனுசரித்த முறை, ஒழுக்கத்தையும் உயர்ந்த எண்ணத்தையும், தூய்மையையும் தோகையரின் மேன்மையையும் உணர்த்துமா, வாமமேகலை இறவளர்ந்த அல்குலை உடையவள் பிராட்டி என்று கூறிய கம்பரின் கவிதை முறை, இத்தகைய உயரிய எண்ணத்தைக் கிளப்புமா, என்று கேட்கிறேன். புளித்த காடி தாகவிடாய் தீர்க்குமா, இளநீர் போக்குமா, என்று கேட்கிறேன். புண்ணிலிருந்து (வடிவது) நாற்றமடிக்கும்; பூவிலிருந்து மணம் வீசும்! புலமை என்றால், புனிதமான எண்ணத்தைப் பக்குவமாகப் புகுத்த உதவ வேண்டுமே யொழிய, மேலிட மறைவிட வர்ணனைக்குக் கருவியாக இருக்க வேண்டுமா, என்றுதான் நான் கேட்கிறேன். உண்மையிலேயே, ஒரு மங்கையின் சாமுத்ரிகா இலட்சணத்தை, அங்க அமைப்பை வர்ணிக்க டெனிசன் நிர்வாண கோலத்திலே இருந்த காடிவாவைப் பயன்படுத்தாதது, புலமை தூய்மைக்கு இருப்பிடமாக இருத்தல் வேண்டும் என்ற காரணத்தால் தான். கம்பரோ! "கண்டேன், கண்டேன்," என்று கூவி,

தமது கவிதையின் ஊற்று வரண்டு போகுமளவு அந்தக் காட்சியை, விதவிதமாகச் சித்திரிக்க முற்பட்டிருப்பார்! நான் மிகைப்படுத்திக் கூறுகிறேன், என்று எண்ணுபவர்கள் பட்டமிழந்த இராமன் காடுசெல்லும் படலத்திலே, கம்பர் காமரசத்தை எவ்வளவு கலக்கியிருக்கிறார் என்பதைப் பார்க்கக் கோருகிறேன். வீணாகப் பதறிப் பயனில்லை; கலையை இப்படிக் குறை கூறுகிறானே என்று கதறிப் பயனில்லை – உள்ளது வெளிப்பட வேளை பிறந்து விட்டது! என்ன செய்யலாம்!

'மக்கள் கதறினர்; மாடு கதறிற்று, பூவையர் கதறினர்; பூனை கதறிற்று; கல்லே கரைந்தது; மற்றதை என்சொல்ல,' என்றெல்லாம் அயோத்தியிலே இருந்த சோகத்தை வர்ணிக்கிறார். புலமைக்கு ஏற்றதே அவர் உரை! சோக ரசத்தைத் தெரிவிக்கும் கவிகள் நேர்த்தியாக இருக்கின்றன. ஆனால், சோக பிம்பமாக உள்ள மாதரைப் பற்றிக் கூறாமல் விட்டாரா? எப்படி அவர் விடுவார்! சரி, கூறட்டும், மாதரின் விழிநீர் சோர்ந்திருந்ததை, கூந்தல் புரண்டதை, ஆடை நெகிழ்ந்ததை, அணி கழன்றதை. அது போதாது என்றுதான், செவிலியர் தொடையில் தூங்கிய மங்கையரைப் பற்றிக் கூறி, அந்தச் செய்யுளிலே, தெங்கின் குரும்பை தாமரையின் அரும்பு என்ற இரு அடைமொழிகளை அவர் அடிக்கடி அர்ச்சிக்கும் மேலிடத்துக்குச் சூட்டி மகிழ்கிறார். அத்தோடும் விட்டாரா? இல்லை! மறைவிடத்தையும் மறைத்தாரில்லை!

டோஸ் நெ. 9

"கலைமணம் கமழவேண்டுமானால், கம்பன் கட்டாயம் நமக்குத் தேவை" என்று திட்டமாகத் தோழரொருவர் கூறுகிறார். அவர் பல பாடல்களைப் படித்து ரசித்தவர். ஆகவே அவருக்கு, ஏன் நாம் கம்பர் பாடிய நூலைக் கண்டிக்கிறோம் என்பதைக் கூறவேண்டிய அவசியம் ஏற்படுகிறது. அவர் என் நண்பர். ஆகவே அவரை நான் காடு மேடு அழைத்துச் சென்று கஷ்டப்படுத்த விரும்பவில்லை. மேலும் அவர் கலா ரசிகரானபடியால், ஆங்குச் செல்வது சிரமம். அவரை நான் நாலு தடாகங்களுக்கு அழைத்துச் செல்கிறேன். குளத்தோரமாக நடந்துகொண்டே, ஏன் கம்பர் மீது குறை கூறுகிறோம் என்பதைப் பேசினால், அவருடைய மனமும் குளிரும், நமது நிலையும் தெளிவுபடும். நீங்களும் வாருங்கள் பொழுது போக்காகவும் இருக்கும், பாடமும் கிடைக்கும்.

* * *

நாலு தடாகங்களிலே, இரண்டு நிடத தேசத்திலுள்ளவை; ஒன்று அயோத்திக்கும் மிதுலைக்கும் இடையே உள்ளது; மற்றொன்று கிராமீயத் தடாகம்.

* * *

அதிவீர ராம பாண்டியன், பொதுவாகப் பலவித ரசங்களும் செறிந்திருப்பினும், சிருங்கார ரசமெனப்படும் காமச்சுவை அதிகமாகச் செறிந்ததாகவே, நைடதம் என்ற நூலை இயற்றினான். ஆசிரியன் ஓர் மன்னன். மங்கையரின் மதுரமொழியின் இனிமையையும், சரசத்தின் சாற்றையும், பருகிப் பழக்கப்பட்டவன். எத்தனையோ மின்னல்கொடிகளை, மேனி மினுக்கிகளை, கீதமொழிக் கிளிகளை, மான்விழிகளை, மலர் முகவதிகளைக் கண்டு களிக்கும் வாய்ப்பு, மற்றக்

கவிகளைவிட அதிவீர ராம பாண்டியனுக்கு அதிகமாக இருந்திருக்கத்தானே வேண்டும்! வெறும் கற்பனையை மட்டுமே நம்பிக் கவிபாட வேண்டிய அவசியம் அவனுக்கு இல்லை. எழிலிடைமாதர் அவன் இணைவிழி காட்டும் குறிப்பறிந்து நடக்கக் காத்துக்கிடந்திருப்பர். எனவே அவன் "அந்தச்சுவை"யை அழகுறக் கவி பாட அனுபவத்தைத் துணைகொள்ள முடியும். மன்னவன் என்ற நிலைமட்டுமல்ல, அவனுடைய குணமே, காமக் கவிபாடுதற்கேற்றது என்பதாகக் கதையும் கூறுவர். பொன்மேனியும், தாமரைமுகமும், முத்துப் பற்களும், பவழ இதழும், இன்னபிறவும் அமையப் பெற்றுப் புன்சிரிப்பால் போரிட்டுப் போகக்களத்திலே சலிக்காதிருக்கக்கூடிய சரசியாகத் தேடித் தேடிப் பார்த்துத் தன் உறவின் முறையிலே அத்தகைய இலக்கணங்களுடைய உல்லாசி கிடைக்கப்பெறாததால், வேறு குலத்திலே பெண் கொண்டான் என்றோர் கதையும் உண்டு. இது கட்டிவிட்டதாக இருக்கக் கூடும். ஆனால், அவனுடைய குணத்தை, அதாவது மன்னனின் மனம் மங்கையர் ஆராய்ச்சியிலே அதிகமாகப் படிந்திருந்தது என்பதை விளக்கவே இப் புனைந்துரை ஏற்பட்டிருக்கவேண்டும். இத்தகைய மன்னன், தன்னையொத்த வேறோர் மன்னன் கதையை, அதாவது நளச்சக்கரவர்த்தியின் கதையைப் பாடினான். காரிகையரின் காமலீலைகளைக் காண்டம் காண்டமாகக் கவியாக்கக்கூடிய அனுபவ அறிவும் இருந்தது அவனுக்கு. அவ்விதம் பாடிட "நைடதம்" இடங்கொடுக்கக்கூடிய நூலே. ஏனெனில், முற்றுந்துறந்த முனிபுங்கவர்களும், கற்றுத் தெளிந்து காடேகியவர்களும் உய்ய, உலகமாந்தர் படித்தும், படிக்கப் பக்க நின்று கேட்டும் புண்யம் பெறவேண்டுமென்று எழுதப்பட்ட தேவகதை அல்ல, ஒரு தேசத்து மன்னன் கதை. ஆண்டவ அவதாரத்தின் அருமை பெருமைகளை அவனியோருக்கு உரைத்து, நீதிகள் புகட்டி, நேர்மையின் தன்மையைத் தீட்டிக் காட்டித் திருவருளைக் கூட்டுவிக்கும் புண்ய சரிதமல்ல! சாதாரண அரசனின் அவதியை விளக்கும் கதை. அதிலே, 'அருக்கு மங்கையரின் மலரடிவருடி கருத்தறிந்தபின் அரசிலை தடவிடும்' ஆடவரைப்பற்றியோ, அந்தப்புர லீலைகளைப் பற்றியோ எவ்வளவு வேண்டுமானாலும் எழுதலாம், பொருந்தும். மதுக்கடையிலே மகேஸ்வர வணக்கமும், மகேஸ்வரன் கோயிலிலே மதுப்பிரசாதமும், பொருத்தமுடையதாக இருக்கமுடியுமா! அதுபோலவேதான், தேவகதையிலே, தெளிவற்ற மக்கட்கும் தெய்வீகத்தின் தன்மையைத் தெளிவாகத்

தீட்டிக்காட்ட எழுந்த சரிதைகளில், காமச்சுவையைக் கலக்கிவிடுவது கூடாது; கலக்கினாலும் ஒரு அளவு இருக்கவேண்டும்; வரையறை இருத்தல்வேண்டும்; நேரடியாகப் பள்ளி அறைக்கே வாசகர்களை இழுத்துச்சென்று, "அழ்ந்துபார்! கூர்ந்துபார்!" என்று அடுக்கடுக்காகக் கூறுவது அடாது. இவ்வளவு கூறிவிட்டு, இடையிடையே 'எம்பெருமான் திருவடிகளே சரணம்' என்று இறைஞ்சினால், அது வெறும் இரைச்சலாக இருக்கமுடியுமே தவிர, இன்னருளைக் கூட்டுவிக்காது என்பதே என்போன்றாரின் கருத்து. நைடத நூலாசிரியர், இந்த 'வரம்பு' கடவாமல் பாடியிருக்கிறார். கம்பர் போலக் காடுமேடு சுற்றி வரவில்லை. இதன் பயனாக அவருடைய கவிதாதிறம் பாழ்பட்டுப் போய்விடவுமில்லை. காதல், தாபம், ஊடல், கூடல், சந்திரனைப் பழித்தல், தென்றலை இகழ்தல், மன்மதனைக் கடிந்துரைத்தல், மாலைகண்டு மருளல் எனும் இன்னபிற காமச்சுவைக்குரிய இலக்கண அமைப்புகளை அவர் விட்டுவிடவில்லை; ஒழுங்காக ஒன்றுவிடாமல் பாடித்தான் இருக்கிறார். என்றாலும்கூட, அந்த வரம்பு கடவாது இருக்கிறார். கம்பரின் கலையிலே, அந்த எல்லைக் கல்தான் இல்லை, கொஞ்சமும் இல்லை. அவர் அன்று பாடிவிட்டுப்போக, அந்தப் பாடல்களிலே உள்ள "அந்தப்புர விளக்க ரசங்களை" நமது இயக்கத்தவர் எடுத்துக்காட்டிப், புண்யகதையிலே இது இருக்கலாமா, இது தேவரசமாகுமா, இந்த ரசங்களிலே இலயித்துவிட்ட பிறகு மக்கள் ராமரசம் தேடுவரா," என்று கேட்கவே, இன்று கம்பனின் கல்லறைக்குக் காவலராக உள்ள கலாரசிகர்கள், 'கம்பனின் பாடல்களிலே இன்னின்ன இடத்திலே வளைந்துவிட்டது, வேறோர் கரம்பட்டதால் இன்ன இடத்திலே ஒடிந்தே விட்டது, இந்தக் கவிதைகள் கம்பர் பாடியதே அல்ல,' என்று கூறவும், திருத்தவும், ஒட்டிக்காட்டவும், வெட்டித் தள்ளவும், சலித்தெடுக்கவும், பொறுக்கு மணிகளைச் சேர்க்கவுமான நிலைமை உண்டாகிவிட்டது. இந்த 'உரிமை' இக் கலா ரசிகர்கட்கு உண்டோ இல்லையோ, நமது கவலை அதுவல்ல. உண்டென்று எண்ணுவோர் கலனான கவிதைகளைத் திருத்தட்டும். இல்லை என்று எண்ணுவோர், 'நில்லடா! உனக்கு இந்த உரிமை ஏதடா? பதில் சொல்லடா!' என்று பரணி பாடட்டும். நாட்டிலே நாம் காணும் நானாவிதமான வேடிக்கைகளிலே இது ஒன்று; நமக்கென்ன, பார்ப்போம். ஆனால் இவர்களை இந்த நிலைக்குக் கொண்டுவந்தது எது? "கம்பன் கவிதையானால் என்ன? இராமகாதையாக

இருந்தால் என்ன? கேடு இருந்தால் களைந்தெறி! குப்பை இருந்தால் கூட்டித்தள்ளு! இழுக்கு இருந்தால் எடுத்து எறி! தீது தருமானால் தீயிலிடு!" என்று நாம் கூறி வருவதுதான். மற்றும் சில புலவர் பெருமக்கள், கம்பனைக் காப்பாற்றும் பணி தமது என்று கருதிக்கொண்டு, கவிதையைப் பதம் பிரிப்பதிலும், "பதங்களிலே இங்கே ஓர் தேய்வு ஏற்பட்டுவிட்டது. இங்கே கடை குறைந்திருக்கிறது" என்று சிலபல கூறிப் "பொருள் இதுவல்ல, வேறுண்டு, வேறும் உண்டு," என்று கூறுகின்றனர். இப்படிக் கூறும்போது, இத்தகையவர்களின் புலமையைக் கண்டு நமக்கு மதிப்பு உண்டாகின்றது என்றபோதிலும், இவ்வளவு அறிவும், இத்தகைய திரைவிடு வேலைக்குப் பயன்படுகிறதே என்பதை எண்ணும்போது, பரிதாபம் ஏற்படத்தான் செய்கிறது. கடைவீதியிலே கனி விற்பவன், அழுகிய பாகத்தை அறுத்துப் போட்டுவிட்டு, மிச்சமுள்ள பாகத்தின் மதுரத்தைப் புகழ்ந்துரைத்து, கிடைத்தவரையிலே கிடைக்கட்டும், என்று பார்க்கிறானே, அதுபோல ஒரு சாராரும், சாம்பிள் பழம் இனிப்புத் துண்டாகக் கொடுத்துப், புளிக்கும் பழங்களைக் கூடையிலே நிரப்பிக் கொடுத்துவிடுகிறானே, அதுபோலச் சிலரும் கலை வியாபாரம் செய்கின்றனர். கனியின் தன்மையல்ல வியாபாரத்தின் காரணம், விற்பவரின் சமர்த்து!

இங்ஙனம் ஓட்டை ஒடிசலைத் தட்டி நிமிர்த்திக் கொடுப்பவரும், முலாமிடுவோருங்கூட, ஏதும் செய்ய முடியாது, தலையைக் கீழே தொங்கவிட்டுக் கொள்ளக் கூடிய கவிதைகளையும் கம்பர் தைரியமாகப் பாடித்தான் இருக்கிறார். அதிவீர ராம பாண்டியன், மாதர்களை வர்ணிக்கிறபோது, அந்தந்த நிலைக்கு ஏற்றபடி மாதர்களை வர்ணிக்கப் பார்க்கிறோம். தடாகத்திலே தையலர் நீராடுவர், அதுபோது தாமரைக்கும் அவர்கள் முகத்திற்கும் மாறுபாடு காணாமல், வண்டுகள் மயங்கும், குவளைக்கும், கோமளவல்லிகளின் கண்களுக்கும் மாறுபாடு காணாது வண்டுகள் மருளும், என்று அதிவீர ராம பாண்டியன் பாடுகிறார். அந்த அளவோடு, அதாவது வண்டுகள் பெண்டுகளைக் குளங்களிலே கண்ட அளவோடு நிறுத்திக்கொள்கிறார், ஒரு வரம்பு இருக்கட்டும் என்பதற்காக. அதேவிதமான நிலைமையில் கம்பர் தீட்டும் கவிதைகளைப் பாருங்கள். நுண்பொருள் விளக்கம், எவ்வளவு! விளக்கம் உரைத்தலோடு விடுகிறாரா? ஆடவர் அக்காட்சியைக் காண்பதையும், அந்த நேரத்தில் அவ்வாடவர்கொண்ட கருத்துக்களையும், அக்கருத்துகளால் அவர்களின் கரமும் சிரமும் படும் பாட்டையும், "குளோசப்" எடுத்துக்

காட்டாவிட்டால் கம்பருக்குத் திருப்தி ஏற்படுவதில்லை. ஏன்? இந்த வர்ணனைகளை அவர் இராமபூஜைக்குரிய சஹஸ்ர நாம அர்ச்சனை என்று எண்ணுகிறாரா? பரிதாபத்துக்குரிய மக்கள், இவ்வளவு ரசங்களையும் கடந்தல்லவா, இராமரின் பெருமையைத் தெரிந்துகொள்ள முடியும்! இதற்குள் அவர்கள் அலுத்தே போய்விடுவார்களே!

கம்பர் கையாண்ட அதேவிதமான நிலைமைகளையுங்கூட, நைடத நூல் ஆசிரியர், ஒரு வரம்பு கட்டியே புகல்கிறார், தாம் எடுத்துக்கொண்டது சாதாரண அரசன் கதை என்றபோதிலுங்கூட. ஓடத்திலேறிச் சென்ற மாதர்மீது நீர் விழுவதால், மறைவிடம் தெரியலுற்ற சம்பவமொன்றைக் கம்பர் காட்டினாரல்லவா? அந்த மறைவிடம் தெரியலுற்றதும், ஓடத்திலிருந்த ஆடவர், களைப்பு நீங்கிக் களிப்புக் கொண்டனர் என்று பாடுகிறார் கம்பர். எந்த ஆடவனும், அத்தகைய நிலையிலே, கூர்ந்துநோக்கிக் குளிர்மனமானான் என்று, பண்பு விளக்கத்தைப் பெரிதென்று கருதும் எந்தக் கவியும் பாடமாட்டார். கம்பருக்குப் பண்பு விளக்கத்திலே இருந்த ஆர்வத்தைவிட, மங்கையரின் மேலிட மறைவிட விளக்கத்திலே இருந்த மோசு அதிகம். ஆகவேதான், காணக் கூடாத இடத்தைக் கண்ட ஆடவர் களிகொண்டனர் என்று, பச்சையாகப் பாடுகிறார். ஏக காலத்திலே, பகவான் திருஅவதாரம் செய்த அயோத்தியிலே மக்களின் மாண்பு, மறைவிடத்தைக் கண்டு மகிழும் அளவு பட்டுப்போய்விட்டது என்பதும், மூடியிட்டுவிடவேண்டிய சம்பவத்தைத் துளியும் தங்கு தடையின்றி விளக்கும் அளவு, கம்பரின் காமச் சுவை உணர்வு இருந்ததென்பதையும் நாம் உணருகிறோம். கடவுட் காதையிலே இக் காட்சியா என்று கேட்கிறோம்.

* * *

ஆடவர்தான் ஏதோ காமத்தால் கயவராயினர்; மாதர்கள் எப்படிப் பொறுத்துக்கொண்டனர்? எப்படிப்பட்ட சரசியும் இப்படிப்பட்ட ஆடவரின் பார்வையைச் சகித்துக்கொள்ள மாட்டாளே, உத்தம இராமனின் பிறப்பிடமான அயோத்திவாழ் மாதர்கள் எப்படிச் சகித்துக்கொண்டனர்? ஆடவர் பார்த்தனர், ஆரணங்குகள் அருவருப்படைந்தனர் என்றாவது கம்பர் பாடியிருக்கக் கூடாதா, காரிகையர் மீதேனும் களங்கம் படியாதிருக்கட்டும் என்ற தூய எண்ணம் கொண்டு. இல்லையே! இதைவிட அரிய சந்தர்ப்பம் கிடைக்கிறது அதிவீர ராம பாண்டியருக்கு.

தடாகத்திலே பெண்கள் நீர்விளையாடுகிறார்கள். அக்காட்சி நடைபெற்றுக்கொண்டிருக்கும்போது, நளன் அவ் வழியே செல்கிறான்! இந்த “வாய்ப்பு” கிடைத்து விட்டால் இராமனே தடுத்தாலும், அனுமானே குறுக்கிட்டாலும்கூடக் கம்பனைத் தடுக்கமுடியாது! நைடத நூல் ஆசிரியர், கட்டுக்கு அடங்குகிறார், பண்புக்குப் பழுது ஏற்படக்கூடாது என்பதற்காக. குமரிகள் குளத்திலே நீராடும் நேரத்திலே, அந்த இடத்திலே நளன் செல்லுதல் எங்ஙனம் பொருந்தும்? ஆடவனொருவன் தாம் நீராடுவதைக் கண்டால், நங்கையரின் மனம் புண்ணாகாதா, அவர்களின் பண்பும் கெடாதா? நளன் அக்காட்சியைக் கண்டது நங்கையருக்குத் தெரிந்ததாகக் கூறலாமா? இருசாராரின் மனப்பாங்குமன்றோ இழுக்குடையதாக ஏற்பட்டுவிடும்? இவ்வளவும் இதற்கு மேலும் யோசிக்கிறார் கவி. கம்பனானால், யோசனை இந்தப் பிரச்சினைகளிலே சென்றிராது. எதை எதை எதெதற்கு ஒப்பிடலாம் என்ற யோசனையிலே ஆழ்ந்துவிடுவார்; அதிலிருந்து அழகான கருத்துக்கள் கிளம்பிவிடும்; காமரசம் ஊற்றெனக் கவிதா உருவிலே பெருகும். அதிவீர ராம பாண்டியன், அந்தக் காட்சியைப் பண்புடன் பாடுகிறார். மங்கையரின் மேலிட மறைவிடம் தடாகத்திலே நீராடும் நேரத்திலே தெரிவது இயல்பு ; அதனையும் அவர் இயல்புக்கு மாறாகக் கூறவில்லை. ஆனால் அதே நேரத்தில், நளனின் கற்பண்புகளுக்கு இழுக்கு நேரிடாதபடியும் பாதுகாத்துவிடுகிறார். எந்தக் கவியானாலும், தானெடுத்துக் கொண்ட “சற்பாத்திரங்களை” இழுக்குச் சூழாவண்ணம் பாதுகாத்திட வேண்டாமா? அதற்காகவே அதி வீர ராமபாண்டியன், நளன், நீராடும் நங்கையரைக் கண்டபோது, என்ன நிலையிலே அவன் இருந்தான் என்பதை விளக்க ஒரு சம்பவத்தைக் கூறுகிறார். நளன் நங்கையரைக் கண்டானே தவிர, நங்கையர் எவரும் நளனைக் காணவில்லை! அவர்கள் நீராடுவதிலேயும், ஒருவரோடொருவர் விளையாடிக் கொண்டிருப்பதிலேயுமே கவனம் செலுத்தினர் போலும் என்று கூறுகிறாரா? அதுவுமில்லை. சுற்று முற்றும் பார்த்தாலும், நங்கையர் கண்களுக்கு நளன் தெரியமாட்டான்!! யார் கண்களுக்கும் தெரிய முடியாதபடி, உருவை மறைத்துக்கொண்டு, செல்கிறான் நளன். தமயந்தியின் திருநகரிலே, அரசிளங்குமரிக்குச் சுயவரம். மன்னர்கள் பலர் வருகின்றனர். தமயந்தியிடம் காதல்கொண்ட நளனும் வருகிறான். தேவர்களும் வருகின்றனர். இந்திரன் தமயந்தியிடம் சென்று தன்னை மணம் புரிந்துகொள்ளும்படிச்

சொல்லுமாறு நளனையே தூதனுப்புகிறான். "அடியேன் எங்ஙனம் அந்தப்புரம் செல்வது? அனுமதியார்களே!!" என்று நளன் விளம்ப, "கவலை வேண்டாம். யார் கண்களிலும் நீ தெரியமுடியாதபடி உன் உருவை மறைத்துக்கொண்டு செல்லும் மந்திரத்தைக் கற்பிக்கிறேன்" என்று இந்திரன் கூறுகிறான் அந்த மந்திரப் பலனால், நளன் யார் கண்களிலும், படாமல் போகிறான். அந்த நேரமாகப் பார்த்துத்தான், நைடத நூலாசிரியர், நீர் விளையாடும் நங்கையரை நளன் கண்டதாகக் கூறுகிறார்.

"யாவர்க்குங் கட்புலனால் உருக்காண்கிலாத ஓர்
நுட்பநூல் விஞ்சையை நுவன்றிட்டான்"

அதாவது, "எவர்களும் கண்ணால் உருவத்தை அறிய முடியாததாகிய, நுண்ணிய நூலிலே சொல்லப்பட்ட மந்திரத்தைச் சொன்னான்" என்ற பகுதியை முதலிலே கூறிவிட்டுப் பிறகுதான், தார்வேந்தனைக் கார்நிறக் கூந்தலார் குளிக்குமிடத்திலே நின்றதாக ஆசிரியர் காட்டுகிறார். எவ்வளவு வரம்பு பாருங்கள்!

தெளித்த நீரே துகிலை நனைத்து மறைவிட ஒளியைப் புறத்து அளித்துவிட்டதாமே, கம்பனின் ஓடமேறிய மாதர் காட்சியின்படி. நீரிலே மூழ்கி விளையாடிக்கொண்டிருந்த நங்கையரின் நிலை எவ்வண்ணம் இருக்கும்! இங்கும் அதுதான்! ஆனால் என்ன சொல்கிறார் கவி. நளன், "நாமோ யார் கண்களிலும் தென் படமாட்டோம், நமது கண்களுக்கோ எல்லாக் காட்சிகளும் உள்ளது உள்ளபடி தெரியும். இங்கோ அழகிய மாதர்கள் நீராடுகிறார்கள்! அங்கதரிசனம் தங்கு தடையின்றிக் கிடைக்கிறது! அரிதரிது இதுபோலச் சந்தர்ப்பம் கிடைப்பது! ஆகவே இங்கேயே நிற்போம், இன்னும் பல காண்போம், களைப்பு நீங்க, களிப்புப் பொங்க என்று எண்ணினான் நளன், என்பதாகக் கவி கூறினாரா? அல்லது அத்தகைய எண்ணம் அவனுக்கு உண்டானது போலும் என்று நூலைப் படிப்ப வர்கள் சந்தேகிக்கக்கூடிய விதத்திலே, ஏதேனும் உரைத்தாரா? போகட்டும், கண்டான், களிகொண்டான் என்றாவது கூறினாரா? அயோத்தி ஆடவர், மாதரின் மறைவிட ஒளி புறத்தளித்ததும் அயர்வு நீங்கினர் என்று கம்பர் சொன்னாரே, அதுபோல அதிவீர ராம பாண்டியன் கூறுகிறாரா? இல்லை! இல்லை! 'தற்செயலாக இக்காட்சியைக் கண்டான் காவலன்,

கண்டதும், காணக் கூடாததைக் கண்டுவிட்டோமே' என்று கருதிக் கண்களை மூடிக்கொண்டான் என்று கூறுகிறார். கண்களை மூடிக்கொண்டான் என்றால், வெறும் பாவனைக்கு மூடிக்கொண்டானா? இல்லை, உண்மையிலேயே! சில வைதீகர்கள், கண்களை மூடிக்கிடப்பது போலக் குளத்தருகே அமர்ந்துகொண்டு, அங்கு வந்து போகும் அரிவையர்மீது கடைக் கண்ணைச் செலுத்துகின்றனரே அதுபோல நளன் நயனங்களை மூடினது போலப் பாசாங்கு செய்துவிட்டு, கொஞ்சம் "ஓரப் பார்வை" செலுத்தினானா? இல்லை, இறுக மூடிக் கொண்டான். மங்கையரின் நிர்வாணக் கோலத்தைத் தான் பார்த்தால், அந்நிலையிலே தன்னை வேறு யாரேனுமோ, மங்கைமாரோ கண்டுவிட்டால், கேவலமாகக் கருதுவார்களே என்று அஞ்சிச், சுற்றுச் சார்புக்குப் பயந்து கண்களை மூடினானா? இல்லை! மற்றவர்கள் என்ன எண்ணுவார்களோ என்று பயந்தல்ல அவன் கண்களை மூடிக்கொண்டது. அவனுடைய மனமே அதற்கு இடந்தரவில்லை. இதுவல்லவா பண்பு! நளன், கலைவல்லோன், நற்பண்புகட்கு உறைவிடம், நாடாளும் மன்னன்; எனவே அவன் நிர்வாண நங்கையரைக் கண்டான் களித்தான், மேலும் சில நேரம் கண்டான், என்று கூறலாகாது என்ற வரம்புக்குக் கவி அதிவீர ராமர் கட்டுப்பட்டார்.

"மலர்பயில் வாவிதோய் மாதர் வண்டுகிலலை புனனைதலு மல்குறோன்றலாற் கலைவலான் கண்முகிழ்த்தேகக் காண்குறாள் முலைமுகடமுழந் துற வொருத்தி முட்டினாள்." இது செய்யுள். பொருள் விளக்கத்துக்காக இதோ அதனைப் பிரித்துக் காட்டுகிறேன்.

மலர்பயில் வாவிதோய் மாதர் நுண்துகில் அலைபுனல் நனைதலும் அல்குல் தோன்றலால் கலைவலான் கண்முகிழ்த்து ஏக காண்குறாள் முலைமுகடு அழுந்துற ஒருத்தி முட்டினாள்.

கருத்தைக் கவனியுங்கள். நீர்நிலையிலே நிர்வாணக் கோலத்திலே நங்கையர் இருக்கக் கண்ட நிடத தேசாதிபதி, கண்களை மூடிக்கொண்டு நடக்கலானான்; அந்த நேரத்திலே நீராடி வெளிவந்த நீலவிழியாள், நளன் தெரியாததால், அவன் மீது மோதிக்கொள்கிறாள், மேலிடம் நளனுடைய மார்பிலே அழுந்தும்படி! இது பொருள்.

செய்யுளை இங்ஙனம் அதிவீரர் இயற்றினதன் உட்பொருளைக் காணுங்கள்.

யார் வருகிறார்கள் யார் போகிறார்கள் என்பதுகூடத் தெரியவில்லை நளனுக்கு, அவ்வளவு இறுக மூடிக்கொண்டான் கண்களை. அதுமட்டுமல்ல. தடாகத்தருகே கண்களை மூடியவன், இரண்டடி எடுத்துவைத்த உடனே திறந்துவிடவுமில்லை. இங்கே இதுபோன்ற காட்சிகள் பல இருக்கக் கூடும், என்று ஐயுற்றுக் கண்களை மூடிக்கொண்டே நடக்கலானான். அவ்வளவு பண்புவிளக்கம் செய்கிறார் கவி. அதுமட்டுமல்ல, நளன்மீது மோதிக்கொண்ட மாதைப்பற்றிக் கவி அமைத்திருக்கிற பதத்தைக் கவனியுங்கள். முட்டினாள்; முட்டுவது எது? மிருகத் தனமான செயல் இது என்பதைக் கவி, நாம் உணர வேண்டுமென்பதற்காக முட்டினாள் என்று கடுமையான பதத்தைப் புகுத்திக் கவிதையை முடிக்கிறார். இதே நிலையிலே கம்பரை ஏவிப்பாருங்கள்; பத்துப் பாடலாவது பாடாவிட்டால், அவருடைய மனம் அமைதி அடையாது என்று நிச்சயமாகக் கூறலாம்!

என்சொல்லிலே உங்கட்கு அவ்வளவு நம்பிக்கை ஏற்படாமல் போகக்கூடும். எனக்குத் தடையில்லை, தோழர்களே, அதேவிதமான நிலைமையில் கம்பர், எப்படிப் பாடியிருக்கிறார் என்பதைக் காட்ட. அடிக்கடி நீராடும் துறைக்குச் சென்று நிர்வாண நளினிகளைக் காண்பது கூடாதே என்று 'பண்பு' கூறுகிறது; பாவாணர்கள் நம்மீது பூட்டும் பாணங்களோ, இவர்தம் குட்டுகளை வெளியாக்கவேண்டுமே என்ற துடிப்பைத் தருகிறது. ஆகவே உங்களுக்கு மீண்டுமோர் முறை அழைப்பு, தடாகத்துக்கு; தத்தை மொழிச்சியர் நீராடும் இடத்துக்கு. இது அயோத்தி மாதர்கள் நீராடிய இடம். மிதிலையிலே, வில்முறிந்தது; ஜனகனின் சொல் வென்றது; இராமருக்குச் சீதையைத் திருமணம் செய்துதரத் தீர்மானித்த மிதிலை மன்னன் அயோத்தி அரசனுக்கு இந்த நற்செய்தியைக் கூறி அனுப்பத் தசரதன் களிப்புடன் மிதிலைக்குப் புறப்பட்டான், பட்டத்தரசிகள் புடைசூழ, அவர்தம் பாங்கியர் உடன்வர, மற்றும் மந்திரி பிரதானியரும் எல்லாக் காவல்புரிவோரும் படைவீரரும் உடன் தொடர். மிதிலை செல்லும் வழியிலே, ஒரு சோலை. அங்கு தங்கினர் இளைப்பாற அங்கோர் பொய்கை; அதிலே புனல் விளையாடப் புகுந்தனர் பூம்பாவைகள். சிந்தனையைச் செலுத்திப் பார்க்கவேண்டும் கம்பதாசர்களே! நளன் கண்ட நீராடுமாதர், புனலாடுகையில் காம வேட்கை உடையவர்களாகவோ, சேட்டை செய்ததாகவோ கவி கூறவில்லை. தற்செயலாக அதைப் பார்க்க நேரிட்ட நளனும், நின்ற இடமே தங்கிப்பார்த்துப் பூரித்தான், காமுற்றான்

என்றும் சொன்னாரில்லை. அயோத்தி ஆடவரும் மகளிரும், கம்பசித்திரத்திலே காணப்படும் விதத்தைப் பாருங்கள். மகளிர் நீராடினர் என்று அதிவீர ராம பாண்டியன் கூறினார். கம்பருக்கோ இந்த அளவு, திருப்தி தருவதாக இல்லை. ஆகவே. அவர் ஆடவர் கண்டனர் களித்தனர், சிலர் கூடநின்று புனலாடினர் என்று பாடியிருக்கிறார். விளக்கு இருக்குமிடத்திலே ஒளி இருக்கவேண்டும்; ஆடவர் இருக்கும் இடத்திலே அணங்குகள் இருக்கவேண்டியது, அது போலவே அவசியம் என்பது போலும் கம்பர் கருத்து.

"குடைந்து நீராடு மாதர் குழாம் புடை சூழ வாழித் தடம்புயம் பொலிய வாண்டோர் தார் கெழுவேந்தனின்றான்" என்று மகிழ்ந்து கூறுகிறார் கம்பர், பாலகாண்டம், புனல் விளையாட்டுப் படலம் 12வது செய்யுளிலே.

"குடைந்து நீராடும் மாதர் குழாம் = நீரிலே மூழ்கி விளையாடும் மாதர் கூட்டம்,

புடை சூழ = தன்னைச் சுற்றிலும் நிற்க,

ஆழிதடம்புயம் பொலிய = வட்ட வடிவமான தோள்வளை அணிந்த பெரிய புஜங்கள் அழகுபெறுமாறு,

தார்கெழு = மாலை யணிந்த,

ஓர் வேந்தன் = ஒரு மன்னன்,

நின்றான் = நின்றிருந்தான்.

தசரதனுடன் வந்த ஒரு மன்னன், கலியாண வீட்டுக்குப் போகுமுன், சோலையிலே மாலையிலே மையல் கொண்டதாலே, மாதர் பலர் நீரில் நிற்கத் தானும் நின்றானாம். நால்வகைப் படை சுற்றி நிற்க மன்னர்கள் நிற்பதாகக் கவி கூறினால், அக்கவிதையைப் படிப்போர் எழுச்சி பெறக்கூடும். எதிரிகள் சுற்றி நின்றனர், இவன் நடுவே நின்றான் என்று கவி பாடினால், படித்திடும் கோழையும் வீரனாவான். மந்திரி பிரதானியர் புடை சூழ மன்னவன் இருந்தான் என்று கவி பாடினால் கேடொன்றுமில்லை; ஆட்சி ஒழுங்காக இருந்தது என்றேனும் எண்ணலாம்,

கம்பன் காட்டும் மன்னன், நீராடும் மங்கையர் புடை சூழ நிற்கிறான்! என்ன நேர்த்தி! இதுவா கீர்த்திக்கு ஆதாரம்?

கற்புடை மாதரின் மனப்பாங்கு எவ்வளவு தூரம் உச்சநிலையில் இருக்கமுடியும் என்பதை எடுத்துக்காட்ட,

வேதநாயகம் ஓரிடத்தில் ஒரு கற்பனைத் தம்பதிகளின் காதையைக் கவிதை உருவிலே காட்டுகிறார்.

ஓவியக்காரனொருவன் அழகிய சித்திரம் தீட்டினான்; அதை வந்து பார்க்கும்படி தன் இல்லக் கிழத்தியை அழைக்கிறான் கணவன். உரையாடல் நடக்கிறது.

"அது என்ன சித்திரம்?"

"அற்புதமானது, வந்து பாரேன்."

"ஆணா, பெண்ணா?"

"ஏன்? ஆடவனின் ஓவியந்தான். வா, பார்க்கலாம்."

"ஆண் சித்திரமேல் நான் பாரேன்."

"பைத்யமே! ஆண் சித்திரமல்லடி, ஆண் சித்திரமல்ல! அழகான பெண்ணின் ஓவியம். வா, போய்ப் பார்ப்போம்."

"ஊஹூம். வரமுடியாது, நீரும் போகக்கூடாது. பாவையர்தம் உருவமெனில் நீர் பார்க்க மனம் பொறேன்."

"ஆடவனாயின் நான் காணேன்; பெண்ணெனில் நீ போய்ப் பாராதே, நீ எனக்கு, நான் உனக்கு."

நீ இப்படி இருக்கிறது வேத நாயகத்தின்; குடும்பப் பண்பு தீட்டும் முறை.

"ஓவியர் நீள் சுவரெழுதும்
ஓவியத்தைக் கண்ணுறுவான்
தேவியை யாம் அழைத்திட ஆண்
சித்திரமேல் நான் பாரேன்
பாவையர் தம் உருவமெனில் நீர்
பார்க்க மனம் பொறேனென்றாள்
காவிவிழி மங்கையிவள்
கற்புவெற்பின் வற்புளதால்"

அறிஞர் வேதநாயகம் தமது கவிதை மூலம் நாட்டவருக்கு அறிமுகப்படுத்திவைக்கும் "தேவி"யுடன், ஆடவருடன் சேர்ந்து தடாகத்திலே நின்றுகொண்டிருந்தனராமே அயோத்தி நகரத் "தேவிகள்", அவர்களை ஒப்பிட்டுப் பாருங்கள்! கம்பனின் "பண்பும்" அதன்மூலம் உங்கட்கு விளங்கும்.

மாதரும் ஆடவரும் ஒரே தடாகத்தில் நின்று குளித்திடும்

"ரசலீலை" "இராமப் பிரபாவத்தை" விளக்கிடத் தேவையா என்பதே நம் கேள்வி. அயோத்திவாழ் ஆடவரும் மாதரும் இப்படிக் காமசித்தர்களாக இருந்தனர் என்று கூறுவது, "தெய்வமாக் காதை"யைக் கூறவந்த கம்பரின் நோக்கத்துக்கு ஊறு தேடுவதாகாதா என்று கேட்கிறோம். கோபித்து என்ன பயன்!

காதலரின் குறும்பான விளையாட்டைக்கூட, ஒரு கட்டுப் பாட்டுக்குள் நிறுத்துகிறார் நைடத நூலாசிரியர். நளனும் தமயந்தியும் திருமணம் முடிந்தபிறகு வாழ்விலே ஒவ்வொரு நாளும் திருநாள் என்று கூறக் கூடிய விதத்திலே ஆனந்தமாக வாழ்ந்து வரும்போது, புனலிடை மூழ்கிப், பொழிலிடை உலவிக், கனிமொழி பேசி, இல்லறம் நடாத்திவந்த முறையைக் கூறுகிறார் அதிவீர ராம பாண்டியன். எப்படி? புனலிலே விளையாடச் செய்கிறார் நளனையும் தமயந்தியையும்! ஆனால், அங்கேகூட, மாதரின் பண்புக்கு மாசு நேரிடாதபடி பாதுகாக்கிறார், தமது பாடல் வேகத்துக்குக் கண்ணியம் எனும் கடிவாளம் பூட்டி.

கம்பர் காட்டும் தடாகம்வேறு, நிடதநாட்டுத் தடாகம் வேறு; முன்னதிலே, பல மாதர் ஒரு ஆடவர், ஆடவர் களிக்கிறார், ஆரணங்குகள் கவலையற்றுள்ளனர். நிடதநாட்டுப் புனல் விளையாட்டு அத்தகைய காமவேள் சாலையல்ல; இங்கு நளனும் தமயந்தியும் புனலாடுகிறார்கள் தனியாக. அதுபோது, ஆடை நீர்பட்டு நனைந்துவிடுகிறது; நளன் காண்கிறான். தமயந்தியின் நிலை என்ன? வெட்கினாள். வெட்கம் மட்டும் போதுமா? "வேண்டாம் கண்ணாளா! இது என்ன விளையாட்டு?" என்று கொஞ்சுமொழி பேசி, அவன் பார்வையை வேறுபுறம் திருப்பும்படிக் கெஞ்சினாளா? இல்லை! வேறு என்ன செய்தாள்? தகாத செயல்புரியும் தன் மணாளனை மாதருக்கே இயல்பான சாகசத்தால் தடுத்துவிட்டாள். நீராடச் சென்ற இடத்தில் சுகந்தத்தூள் இருந்ததல்லவா, மெய்மணக்கத் தேய்த்திட அந்தப் பொடி கலந்த நீரை வாரினாள், நளனுடைய முகத்திலே இறைத்தாள்! கண்ணிலே பொடி வீழ்ந்தபோது காவலனின் நோக்கம் காரிகையின் மீது பாயமுடியாதல்லவா! ஒரே விநாடியில், வெட்கம், திகைப்பு, யோசனை, யுக்தி, வேலைத்திட்டம், வெற்றி இவ்வளவும் தமயந்திக்கு ஏற்படுகிறது. ஒரு கை நீர்தான் இவ்வளவுக்கும். ஆனால் அந்த நீரை வாரி இறைக்கச் செய்ததன் மூலம், அதிவீர ராம பாண்டியன் மாதர்குலம் முழுதுக்குமன்றோ பெருமைதேடி விட்டார்!

அந்துகினனை தலினாலல்குறோன்றுதல்
கந்தடுகளிற்றினான் காணவெள்குறாச்
சுந்தரச்சுண்ணநீர் முகத்திற்றூவி

அம்துகில் = அழகிய ஆடை

ஈனை தலின் = நனைந்துவிட்டதால்

அல்குல் = மறைவிடம்

தோன்றுதல் = தோன்றுதலை

கந்து அடு = கட்டுத்தறியை முறிக்கின்ற

களிற்றினான் = யானையைஉடைய நளன்

காண = பார்க்கவே

வெள்குறா = வெட்கமுற்று

சுந்தரம் = அழகான

சுண்ணநீர் = கந்தப்பொடி கலந்த தண்ணீரை

முகத்தில் தூவி = நளனுடைய முகத்தில் (தமயந்தி) இறைத்தாள்.

'ராஜலீலை'க்கே இவ்வளவு கட்டுத்திட்டம், வரையறை வைத்து நைடத நூலாசிரியர் பாடி இருக்கும்போது, தேவலீலையை விளக்கவந்த ராமகாதையிலே கம்பர் கொண்ட முறை சரியா, என்று கேட்டால், கோபிக்கின்றனர். கோபம் வருவது சரி, ஐயனே; ஏன் அந்தக் கோபத்தைக், கலையை இக்கதிக்கு ஆளாக்கிய கம்பன்மீது காட்டாது, உள்ளதை எடுத்துக் கூறும் என்மீது காட்டவேண்டும்? நானா அக்கவிதைகளைப் புனைந்தேன்? இல்லாததை எடுத்துரைத்தேனா? சந்தேகமிருப்பின், கம்பராமாயணம், நைடதம் இரண்டையும் எடுத்துப் புரட்டி, நான் குறித்துள்ள பாடல்கள் உள்ளனவா என்று பாருங்கள்.

"போ, போ, பரதா! நீங்களும் கவிபாட ஆரம்பித்தால் இப்படித்தான் பாடுவீர்கள்" என்று கூறுவர் கடைசி சமாதானமாக. ஆனால் அதுவும் பொருந்தாது.

அழகான குளம்! தாமரை அற்புதமாக மலர்ந்திருக்கிறது! வனப்புள்ள ஒரு பெண் மூழ்கி மூழ்கி விளையாடுகிறாள் அங்கு. ஒரு இளைஞன் கண்டுவிட்டான் காட்சியை; பறிகொடுத்தான் மனத்தை.

கம்ப சித்திரத்துக்கு ஏற்ற காட்சிதானே இது! 'குளோசப்' எடுக்க ஏற்ற இடம். ஆனால் எங்கள் கவி பாரதிதாசன், அந்தத்

தடாகத்துக்கு உங்களை அழைக்கிறார்; வந்து பாருங்கள், துளியேனும் அருவருக்கவோ, கூச்சப்படவோ, இடமிருக்கிறதா என்று.

"தாமரை பூத்த குளத்தினிலே முகத்தாமரை
தோன்ற மூழ்கிடுவாள்."

முகத் தாமரையைத்தான் காணலாம்! ஆனால் அவள் அழகி அல்லவோ? முகம்மட்டுந்தான் தெரியும்படி நீரிலேயே ஆழ்ந்து இருக்கிறாளோ? இல்லை! அழகான மேனியாள், ஆனந்தமாக நீர் விளையாடுகிறாள். ஆனால், "பண்பு" அவரை, "முகத் தாமரை தோன்ற மூழ்கிடுவாள்" என்ற அளவோடு நிறுத்துகிறது. முகம்மட்டும் தாமரை அல்ல, மேனியே அழகுதான் அந்த மங்கைக்கு; ஆகவேதான் கவி,

"அந்தக் கோமளவல்லியைக் கண்டுவிட்டான்"

என்று, ஒரே வார்த்தையில், சினிமாக்காரர் பாஷையில் கூறவேண்டுமானால், லாங் ஷாட் (Long distance shot) கொடுத்துவிட்டார் அவள் கோமளவல்லி என்று கூறி.

அந்தக் கோமளவல்லி மட்டும், கம்பரிடம் சிக்கியிருந்தால், என்ன நேரிட்டிருக்கும்! குறைந்தது பத்துப் பாடல்கள் அவருடைய உள்ளத்திலிருந்து 'குபு குபு'வென்று கிளம்பி இருக்கும்; அவைகளிலே ஒன்றிரண்டாவது, "குளோசப் காட்சி"யாக இருந்திருக்கும்.

இங்கேயோ, அவள் கோமளவல்லியாக இருக்கலாம், ஆனால் அந்தக் குமரன் ஒரு தடிப்பயல், முகத் தாமரையைக் கண்டுவிட்டும் தன்வழியேதான் சென்றான், என்று "வேதாந்தம்" பாடுகிறாரா என்றால், அதுவுமில்லை; "கொள்ளை கொடுத்தனன் உள்ளத் தினை" என்று காதல் கதைதான் கூறுகிறார். குப்பன் என்ன கண்டான்! முகத் தாமரையைக் கண்டான் முதலில், பிறகு ஒருநொடியில் அவள் உருவ முழுவதும் கண்டான், அவளோர் கோமளவல்லி என்பதைத் தெரிந்துகொண்டான். பிறகு,

"அவள் தூய்மை படைத்த உடம்பினையும் பசுந்
தோகை நிகர்த்த நடையினையும்" காண்கிறான்.

இவ்வளவும் கண்டான், பிறகு கதை தொடர்கிறது. இதிலே, எவ்வளவு பண்பு காட்டப்படுகிறது!

கலா ரசிகர்களே! தாமரை பூத்த தடாகங்களைப் பார்த்தோம். உங்களைத்தான் கேட்கிறேன் இவைகளிலே, எந்தத்

தடாகம், பண்பும் பாவின் இனிமையும் சமஎடை யாக்கப்பட்டுத் தீட்டப்பட்டிருக்கிறது? நீங்களே கூறுங்கள். புரட்சிக் கவிஞர், "குப்பன்" கதை கூறுகிறார்; அதிவீர ராம பாண்டியன் "அரசன் கதை கூறுகிறார்; கம்பரோ, "தேவமாக்கதை" கூறுகிறார். வெறும் பொழுதுபோக்குப் பாடலல்ல கம்பருடையது; பிறவிப் பெருங்கடலை நீந்திச்சென்று, சாலோக சாமீப சாயுச்யப் பதவியை அடைவதற்கான மார்க்கநூல் அது, என்பதை மறந்துவிட வேண்டாம். மார்க்க நூலிலே, இந்தக் காம மது இப்படிக் கரை புரண்டு ஓடலாமா, என்பதுதான் நமது கேள்வி.

மறுபடியும் யோசியுங்கள். பிறகு கோபம் என்மீது வராது, அந்த ஏட்டின்மேல் பாயும்.

தாமரைபூத்த குளத்துக்கு அழைத்துச்சென்று அங்குத் தையலரை நிர்வாண நிலையில் கண்டு மகிழும் ஆடவர் உளர் என்று காட்டிடும் கம்பர் காவியத்தை, இது கலை, கலைமட்டு மல்ல, கடவுள் நெறிக்கான காவியம் என்று கம்ப தாசர்கள் கூறுகிறார்களே, அது முறையா என்று கேட்கிறோம். தவறா?

தேவகதை கூறி, மக்களைச் சன்மார்க்கத்திலே ஈடுபடச் செய்யக் கம்பன் காட்டும் வழி சரியானது தானா என்றுதான் கம்பதாசர்களைக் கேட்கிறோம். சன்மார்க்கமென்ன அவ்வளவு நாற்றமும் கசப்புமுள்ளதா, அதன் மீது இவ்வளவு சுவையைப் பூசித்தர! அப்படி நல்ல எண்ணத்தோடு பூசித் தரப்பட்டாலும் கூட, சுவைப்பவர்கள் மதுரம் கிடைக்கும்வரை சுவைத்துவிட்டுக் கசப்புத் தெரியத் தொடங்கியதும் உமிழ்ந்து விடுவார்களே! நோக்கம் ஈடேறவும் வழி சரியில்லையே! வேறு என்ன காரணம் இப்படி வரை முறையின்றிக் கம்பர், வாரி வாரி இந்த "ரசத்தை" இறைப்பதற்கு? இதற்கோர் சமாதானம் கூறவேண்டாமா? கலாவாணர்கள் எங்கே கூறினார்கள்? எப்போது கூறப்போகிறார்கள்? எப்படிக் கூறமுடியும்?

* * *